அயல் மகரந்தச் சேர்க்கை

(Cross Pollination)

அயல் மகரந்தச் சேர்க்கை

(Cross Pollination)

நேசமித்ரன்

அயல் மகரந்தச் சேர்க்கை

First Edition : January 2019
by Ezutthu Prachuram

(An imprint of Zero Degree Publishing)

ISBN: 978 93 87707 82 5

Title No. EP: 40

Zero Degree Publishing
No. 55(7), R Block, 6th Avenue,
Anna Nagar,
Chennai - 600 040

Website : www.zerodegreepublishing.com

E Mail : zerodegreepublishing@gmail.com

Phone : 98400 65000

Cover Art : Vallabhai Arunachalam *Layout :*
P.Subash Chandrabose

பியானோவில் கூடு கட்டும் சிலந்தியுடன் ஓர் உரையாடல்

எழுதியதை கவிதை என எப்படி அடையாளப்படுத்துகிறீர்கள்?

August 12th 2017, 11:52 am

ஒரு சொற்சேர்க்கை கவிதையாவதும் வெறும் வாக்கியமாய் எஞ்சுவதும் வெற்று ஒலி சமிக்ஞைகளாவதும் வாசகரைப் பொருத்ததே, அவரது மொழிப்பரிச்சயம், வாசிப்பின் புழங்குவெளி, வாசிப்பு உருவாக்கிய பார்வை, நுண்ணுணர்வு, அளவுகோல் என அனைத்து கூறுகளும் ஒன்றிணைவது பிரதானத் தேவை. மேலும் இவற்றை கவிதை என்று நம்புவதற்கு எவ்வளவு சாத்தியமுள்ளதோ அவ்வளவு சாத்தியம் அப்படி இல்லாமற் போகவும் உண்டு. 100 சதம் லட்சணமுள்ள ஒரு கவிதையை எழுதிவிட்டதாய் தோன்றும் நாளில் நான் எழுதுவதை நிறுத்திவிடுவேன் என்று நம்புகிறேன். ஆம் அந்த பூரணத்துவத்திற்குப் பிறகு என்னுள் சொல் கிளராது எனத் தோன்றுகிறது.

மேலும் வலிகளும், கிளர்வும், வியப்புமே உயிர்ப்போடு வைத்திருக்க வல்லவை. வலி மரத்துப் போகும் நாளில் வியப்புணர்வை அறிவு தின்றுவிடும் நாளில், கிளர்வு வெறும் கிளர்வாகவே எஞ்சிவிடும் நாளில் அல்லது வெற்று வேடிக்கையாக நின்றுவிடும் நாளில் இந்த சொற்சேர்க்கைகள் வெறும் வடிவங்களாகவே எஞ்சிவிடக்கூடும். அதற்குள் மரித்துவிட வேண்டும் அல்லது மரிக்கும் வரை வலியும் கிளர்வும் வியப்பும் தீராதிருக்க வேண்டும். உங்கள் கேள்வி வழி என்னுலகை பகிர வாய்ப்பளித்தமைக்கு நன்றி

சமகால படைப்பாளிகளில் மிகச் சிறந்த கவிஞராக அவரை அடையாளம் செய்யும் அவருடைய படைப்பாக நீங்கள் கொள்வது?

August 12th 2017, 12:46 pm

Tracy K. Smith- ஐ பிடித்திருக்கிறது அவரது Life on Mars விரும்பி வாசித்த தொகுப்பு

தவிரவும் ப்ரெக்ட், வில்லியம் பரோஸ், ட்ரான்ஸ்ட்ராமர், லியங்லீ என்று ஒரு நீண்ட முன்னோடிகளின் பட்டியல் உண்டு

வார்த்தைகளினூடே சுருங்கி விரியும் உலகங்களை பொருத்தும் கலையை எங்கே கற்றீர்கள் அண்ணே

August 12th 2017, 11:34 am

எல்லாம் வல்ல இயற்கையிடமிருந்து, வியந்து தீராத இப்பிரபஞ் சத்தின் உயிரியல்புகளில் இருந்து, சகமனிதனின் அன்பிலிருந்து, சகமனுசனுக்கான அன்பில் இருந்து, பிழைகளில் இருந்து, தோல்வி களில் இருந்து, வரலாற்றின் உதிரி மனிதர்களிடமிருந்து, விளிம்புகளில் புதைக்கப்பட்டிருக்கும் சிறுதெய்வங்களின் கதறல்களில் இருந்து, தமிழின் மகத்தான கவிமரபில் பாய்ச்சல்கள் நிகழ்த்திய முன்னோடி களில் இருந்து, நிராகரிப்புகளில் புறக்கணிப்புகளில் அரசியலில் இருந்து கற்றுக்கொண்டே இருக்கிறேன் நண்பனே

நா.முத்துக்குமார் அவர்களின் கவிதை படைப்பு உலகிற்கும் பாடல் சினிமா உலகிற்கும் இடையில் உள்ள இடைவெளியோ நெருக்கமோ எது இருப்பதாக தாங்கள் கருதுகிறீர்களோ அதனை விளக்கவும்.

August 12th 2017, 1:36 pm

பெரிய இடைவெளிகள் இருப்பதாய் தோன்றவில்லை. மிகத் தீவிர மான நவீன வாசிப்புடையவர். ஒரு தலைமுறையின் பால்ய வாழ்வை அவர்களது விளையாட்டை, வெய்யிலை, காதலை வலியை காமத்தை பரிதவிப்பை கொண்டாட்டத்தை மேதைமையின் செருக்கு படியாத மொழியில் திரைப்பாடல்களில் உலவவிட்டவர். வாழ்வின் மிக நுட்பமான தருணங்களை வெகுசன ஊடகத்தின் சாத்தியங்களுக்குள் செழுமையும் செறிவுமாய் பதிவு செய்த எளிய மனமுள்ள மகத்தான பாடலாசிரியர் அவர். இன்னும் கொஞ்சம் நாள் இருந்திருக்கலாம் முத்துக்குமார்

சொற்களின் ஆணி வேரைத் தேடி உங்கள் கவிதை சிலநேரங்களில் பயணிப்பதை அவதானிக்க இயல்கிறது என்னால்... என் வாசிப்பின்

பார்வை சரிதானே?

August 12th 2017, 1:41 pm

Interpretationதானே ஒரு தருணத்தை விரிவடைய வைக்கிறது. ஒரு சொல் சுமக்கும் அர்த்தச் சுமை அதன் காரணிகளைத் தேடிப் பயணிப்பது சமயத்தில் அபத்தமாய்த் தோன்றினாலும் பிடித்த விளையாட்டாய் இருப்பது உண்மைதான். இந்த கிறுக்குத்தனம் வார்த்தை விளையாட்டாய் குறுகிவிடும் அபாயத்தை தவிர்த்து விடும் பிரக்ஞையை காப்பாற்றிவைக்க வேண்டியிருக்கிறது சார்.

பாடலாசிரியர் வைரமுத்து என்பதற்கும் கவிப்பேரரசு வைரமுத்து என்பதற்கும் வித்தியாசமான கைத்தட்டகளை காணமுடிகிறது என்கிற நோக்கில் உங்களுடைய பார்வையில் வைரமுத்து என்ற படைப்பாளி சினிமாவில் தன் இலக்கியத்தைச் செய்தாரா அல்லது எழுத்துலகிலா? மற்றும் அவருடைய 37 படைப்புகளில் இலக்கியத்திற்கு தரம் உடையதாக தாங்கள் கருதுவது?

August 12th 2017, 1:39 pm

அவரது 37 படைப்புகளையும் படித்துவிட்டு பதில் சொல்வதே நேர்மை யான பதிலாக இருக்க இயலும். அரசு பேரரசு சக்கரவர்த்தி பட்டங்கள் குறித்து எனக்கு எந்த உயர்மதிப்பும் இல்லை. அவை பொருளாதார நோக்கமும் பிம்ப பெருக்கத்திக்காகவும் சூட்டப்படுவதாய் ஒரு சந்தேகம் உண்டு. எனக்கெல்லாம் கவிஞர் என்று சொல்லும்போதே மெல்லிய பதட்டம் தோன்றுவதுண்டு. நம் தகுதி நமக்கு தெரியும் இல்லையா :)

கவிதை எழுதவென்று ஏதேனும் தனிமனம் (அ) மனநிலை வேண்டி யுள்ளது?

August 12th 2017, 2:39 pm

Vision வேண்டும் என்று நம்புகிறேன். மொழிப் பயிற்சி, உத்திகள், உணர்வு வெளிப்பாடு, அனுபவத்தின் புனைவாக்கம் இன்னபிற எல்லாம் பயிற்சியின் வழி வாசிப்பின் வழி சிந்தனை முறைமைகளின் ஊடாக கைகூடும். nuances வெளிப்பாடு தொடர்ச்சியான கிரகித்தலின் வழி உருவாகும். ஒவ்வொரு கவிதையின் ஆயுளை தீர்மானிப்பதில் ஸ்வீஉவீஷீஸீ முக்கியம்என்றுநினைக்கிறேன்.

ஆழ்ந்த நெருக்கடிகளில், உச்சபட்ச கையாலாகாதத் தனத்தில், அன்பின் மிகுதியில், பிரிவின் தாபத்தில், ஒரு கடலை, மலையை வெறுமனே வெறித்துக் கொண்டிருக்கையில், ஒரு நட்சத்திரத்தை தேடிக் கிட்டாத

வெற்றிடத்தில் கவிதைத் தோன்றக்கூடும்.

எழுதுவதற்கு கை நடுங்காத நோய்மை இல்லாமல் இருந்தால் போதும்

கவிதையை அடையாளப் படுத்துவதில் வாசகர்கள் பங்கே முதன்மை யானது என்பது போல் கூறினீர்கள், ஆனால் முகநூலில் எதை பதிவிட்டாலும் விருப்பு, பின்னூட்டம் இடும் பழக்கம் உள்ளதே?

August 12th 2017, 4:00 pm

பிரசுரமாகும் படைப்பு பல்வேறு வாசிப்புநிலைகளைச் சார்ந்தவர்களைச் அடையும் போது புரிதல் நிலைகள் மாறுபடும். தாம் நினைத்ததை நினைத்தபடியே மொழிப்படுத்த முடிவதும் ஒரு பயிற்சிதான் இல்லையா? விகடன் தடத்தின் வாசகரும் இருப்பார், ஆனந்த விகடனின் வாசகரும் இருப்பார், வாரமலர் வாசகரும் இருப்பார், சர்வதேச இலக்கிய இதழ்களில் தேர்ந்தவரும் இருப்பார். புரிதலின் பல்வேறு படிநிலைகளை இங்கு பார்க்கலாம்.

இங்கு நல்ல படைப்பாளனைப் போல் பாவனை செய்கிறவர்கள் உண்டு. நல்ல வாசகனைப் போல் வெறுமனே பெயருதிர்ப்பவர்கள் உண்டு

யாரும் அதிக நாட்கள் நடிக்கமுடியாது என்பதே நிதர்சனம். நான்உட்பட:)

அகநிலை உணர்வு சார்ந்த கவிதைகளே அதிலும் துன்பியல் கவிதை களே அதிகம் விரும்பப்படுவதாக தோன்றுகிறது? நீங்கள் தனிப்பட்ட முறையிலும், கவிஞர் என்கிற நிலையிலும் இதை எப்படி பார்க்கிறீர்கள்?

August 12th 2017, 3:56 pm

கலை ஒருவரை தொந்தரவு செய்யவேண்டும் அல்லது ஆற்றுப்படுத்த வேண்டும் என்பார்கள். தோல்வியுற்றவனுக்கே கலையின் ஆறுதல் தேவைப்படுகிறது. வென்றவனுக்கு கொண்டாட்டங்கள் போதும். failure becomes art. துன்பத்திற்கு தோல்விக்கு வாதைக்கு பழகுதல் கலையின் வழி ஒரு விதத்தில் முன்னுணரப்படும் போது மனம் அச்சூழலிற்கு பரிச்சயப்படுகிறது. பரிச்சயப்பட்ட தன் மீதான பயம் குறைவாய் தோன்றுகிறது.

எல்லா தருணங்களையும் நம்மால் வாழமுடியாது என்பது யதார்த்தம். கலை புதியசூழல்களை அறிமுகப்படுத்துகிறது. நாம் பேச விரும்பிய பேச இயலாத வாதையை படைப்பாய் காண்கையில் கிடைக்கும் இளைப்பாறல் மிக அந்தரங்கமானதல்லவா

சமகால பெண் படைப்பாளிகளையும் படைப்புகளையும் பற்றிய தங்கள்

மதிப்பீடுகள் என்ன? கவிஞரல்லாத பெண்படைப்பாளிகள் சமகாலத்தில் இயங்குகிறார்களா?

August 12th 2017, 7:50 pm

இந்தியாவில் மற்றெந்த மொழியை விடவும் மிகத் தீவிரமான கவிதைகள் தமிழில் பெண்களால் எழுதப்பட்டிருகின்றன என்பது என் எளிய வாசிப்பின் புரிதல். பல நூற்றாண்டு அழுத்தங்களை குறுக்கீட்டு விசாரணை செய்தவை அவை. மிகமதிக்கத்தக்க சமகால உலகக் கவிஞர்களுக்கு இணையான சில தளங்களில் மீறிய பாய்ச்சல்களையும் அவை எய்தி இருப்பதாய் நம்புகிறேன். கவிஞரல்லாத படைப்பாளர்கள் புனை கதையாளர்கள், ஆய்வாளர்கள், கட்டுரையாளர்கள், மொழி பெயர்ப்பாளர்கள் மற்றும் நிகழ்த்து கலைஞர்கள் நிரம்பிய செழுமை யான மொழி நம்முடையது

கேள்விகளுக்குப் பதில் சொல்லும் வாய்ப்பு கிடைத்ததையொட்டி, கவிதையாக்கம், கவிதை வாசிப்பு, கவியாளுமைகள் குறித்தெல்லாம் இன்று காலை தொடங்கிக் கவிநேசமித்ரன் எழுதிப் பதிவு செய்யும் “கேள்வி-பதில்” கவனிக்கத் தக்கனவாகவும் காத்திரமாகவும் இருக்கின் றது. தொடர்ந்து வாசித்துக் கொண்டிருக்கிறேன்.

(A.Ramasamys comment)

என்னப்பா ஏய் நீயே கேள்வி நீயே பதிலா

August 12th 2017, 6:46 pm

கேள்விகள் கேட்டவர்களில் இருவரை இன்னாரென்பதை அறிவேன். மீனாட்சி சொக்கன் மற்றும் திருமூர்த்தி என்பது சில கேள்விகள் வழி புரிந்து கொண்டேன். மற்றபடி அவை அனானிமஸாகத்தான் கேட்கப்பட்டு உங்களைப் போலவே இன்னாரென்று அறியாமல் தான் பதிலளிக்கப்பட்டிருகின்றன. :)

கவிதை எழுதறது வேற, கவிஞராய் மாறுவது வேற... இதைப் பற்றிய உங்கள் எண்ணம்? இன்றைய பெண் படைப்பாளில் பலர் கவிதை எழுதுகிறார்கள்... ஆனால் கவிஞர்கள்தானா?

August 12th 2017, 8:24 pm

ஒருவர் எழுதுவது கவிதை என்று நீங்கள் ஒப்புக்கொள்ளும் பட்சத்தில் அவர் கவிஞர் என்றும் ஒப்புக்கொள்கிறீர்கள்?! அப்படித்தானே அர்த்தமாகிறது. உங்கள் பிரச்சினை அவர்கள் எழுதுவது கவிதை இல்லை என்பதா? இல்லை அவர்கள் பெண்களாய் இருப்பதா? எதை

ஒப்புக்கொள்வதில் சிக்கல் என்பதை தெளிவு செய்தல் நலம்.

வார்த்தைகள் மிகவும் எளிமையாக கவிதை வலிமையாக வாசித்த ஆங்கில கவிதைகளில் ஒன்று? யாருடையது என்பதையும் கவிதைத் தலைப்பை மட்டும் குறிப்பிடுக.

August 12th 2017, 11:15 pm

பாப்லோ நெருதாவின் காதல் கவிதைகளைச் சொல்லலாம். எளிமை என்பதன் அளவுகோல் ஒவ்வொருவருக்கும் வேறுபடும் என்பதே என் அறிதல். 100 love sonnets

சிற்பங்களில் அப்பியிருக்கும் பாசி மற்றும் அதன் கலை வடிவமைப்பை மட்டும் ரசிக்கிறீர்களா அல்லது அவற்றில் கடவுள் இருக்கிறார் என்று உணர்கிறீர்களா?

August 12th 2017, 11:18 pm

சிற்பங்களுக்கு மாதிரியாய் இருந்திருக்கக் கூடிய முகங்களை யோசித்துக் கிடக்கும் அற்பன் நான்.

மனிதனின் கண்ணீரைவிட அஞ்ச வேண்டிய ஆயுதமும் இல்லை. நிறைந்த வயிறு வாழ்த்துவதை விடப் பெரிய வரமும் இல்லை. இதுவே என் ஆத்திகம்

தங்களின் தமிழுக்கு தனி டிக்ஸ்ணரியே உருவாக்க வேண்டும்.. எளிய தமிழில் எழுதினால் சற்று சந்தோசம்.

August 12th 2017, 11:25 pm

நிச்சயம் முயல்கிறேன். தங்களை சிரமப்படுத்தியதற்கு மன்னிக்கவும்

சமகால கவிதைகளின் பலவீனம் என நீங்கள் எதை நினைக்கிறீர்கள்?

August 12th 2017, 11:55 pm

எனக்கு அவ்வளவு தகுதி இருப்பதாய் நினைக்கவில்லை. ஏனெனில் நானும் சமகாலத்தவனே. ஒரு பகிர்தலாக சொல்ல விழைவது...

பெரும்பாலான கவிதைகள் விவரிக்கின்ற பழையத் தன்மையை கைவிட்டு உணர்த்த முற்பட்டால் சூழல் இன்னும் சிறப்புறக் கூடும்

A poem should not mean But be. என்பதை நீங்கள் வாசித்திருக்கலாம்.

நான் முதலில் கவிஞர்கள் தமது கவிதைகளாலும், பிறகு அவர் தம் கவிதைகள் அக்கவிஞர்களின் நிர்மாணிக்கப்பட்ட பெயராலும்

அடையாளப்படுத்தப்படுவதாக நினைக்கிறேன். இந்த நிர்மாணம் நடந்தபிறகு, வாசகன் அந்த கவிஞர் எழுதும் யாவும் கவிதையே என மயங்குவதும் நடக்கிறதுதானே.... # (இனி நான் கேட்கும் கேள்விகளை பிரித்தறிய இந்த # இடுகுறியை பயன்படுத்துகிறேன்)

August 13th 2017, 9:55 am

வாசகன் மேல் குற்றமில்லை தன்னை புதுப்பித்துக் கொள்ளாத அந்த படைப்பாளிகள் மீதே சாட்டு வைக்க முடியும்.

ஒரு டெம்ப்ளேட்டுக்குள் மாட்டிக்கொள்வதும் அதிலிருந்து மாறும் காலச்சூழல், உளவியல் மாற்றங்களுக்கு ஈடுகொடுக்க இயலாமல் தேங்கி விடுதல், சிறிய பாராட்டுகளில் மயங்கி வெற்றி பெற்ற ஒருவடிவத்தில் மீண்டும் மீண்டும் இட்டு நிரப்புதல் ஒரு படைப்பாளியின் தற்கொலைப் பாதை.

தன்னை ஒரு ப்ராண்டாக முன்னிருத்த விரும்புபவர்கள் கைக்கொள் ளும் திட்ட வரைவுகள் வேறுவிதமானவை. ஏற்கனவே வென்ற வடிவங்களை சிறிய மாற்றங்களுடன் ரீமிக்ஸ் பாடல் போல் மீளுரு வாக்கம் செய்தல், சகல உணர்வுகளையும் ரொமாண்டிசைஸ் செய்வது, பெரிதும் நெகிழுணர்வுகள் கையாளுதல், காமம் மற்றும் கண்ணீர் என குறுகிய வெளியில் உலவுதல், படைப்புகளை விடவும் அதிக வெளிச்சம் நோக்கிப் பயணித்தல் காரணமாக வெகுசன ஊடக மொழிக்கு தன் படைப்புகளை வளைத்தல் என வேறுவிதமான பயிற்சி அது. அங்குதான் நீங்கள் சொல்லும் ப்ராண்டிங் மற்றும் கன்ஸ்யூமர் மனநிலை அதிகம். சர்ச்சைகளும் நெகடிவ் இமேஜும் தொடர்ச்சியாக பொது புத்திக்கு தீனியிடுதலுமே அதன் ப்ரொமோசன் உத்திகள். அங்கு சொற்களைக் காட்டிலும் அதிகம் செல்லுபடியாவது பிம்பங்களின் அங்கீகார அரசியலே.

கவிதைகளில் ஹைக்கூ போன்ற வடிவங்கள் / வகைமைகள் கொண்டு ஒரு காலத்தில் வானம்பாடிகளால் கொண்டுவரப்பட்டன. அவை இன்றளவும் ஒரு படிநிலையில் தொடர்ந்து பேசப்பட்டே வருகின்றன. (உதா, கல்விப் புலங்களில் இவற்றிற்கான மவுசு தனிதான்.) ஆனால் இவை இந்த வகைமை கவிதைகள் சீரியஸ் லிட்டரேச்சராக அறியும் ஒரு தளத்தில் 'கவிதை'களாக அங்கீகரிக்கப்படுவதாக தெரியவில்லையே ஏன்?

August 13th 2017, 10:17 am

ஜென் கவிதைகள் தொடர்ச்சியாக மொழிபெயர்ப்பு செய்யப்பட்டு வந்திருக்கின்றன. அவற்றின் வழி தம் மொழியை வளப்படுத்திக்

கொண்டோர் பலர். வானம்பாடிகளால் கொண்டுவரப்பட்டன என்பது சற்று பலகீனமான வாக்கியம். அவர்களால் பரவலாக்கப்பட்டன என்பதே சரியாக இருக்கும். அவர்களுக்கு முன்பே வந்த சிற்றிதழ்களில் கைலாசபதி போன்றோரின் கட்டுரைகள் வழி தமிழ் வாசகப் பரப்புக்கு அறிமுகமாகி விட்டன

ட்விட்டரில் 140 கேரக்டருக்குள் எழுதுவது மாதிரி ஒரு பயிற்சியில் ஒரு ஹைக்கூவை எழுதிவிட முடியாது. அதன் விதிகள் சற்றே உழைப்பைக் கோருபவை. மேலும் அதன் கவித்துவ அடர்த்தி கைவரப்பெற்றவர்கள் தமிழில் வெகுசிலரே. அவர்களை உற்று நோக்கினால் ஒரு வித சூஃபி மனநிலை உடையவர்கள் என்பது என் மேலோட்டமான புரிதலாய் இருக்கிறது (மொழிபெயர்ப்பாளர்கள் அல்ல)

நீங்க நேசமான வராமித்ருவான வராமித்ரானந்தா

August 13th 2017, 10:05 am

அப்படியெல்லாம் இருக்க அல்லது நடிக்க முயன்று கொண்டிருப்பவன்.

சமூகம் வரையறுத்திருக்கும் எந்த நல்ல என்ற சட்டகத்திற்குள்ளும் பொருந்தாதவன். அன்பை பேணிப்பாதுகாக்கும் பக்குவம் அறியாத வன். தாந்தோன்றி. விட்டேற்றி. இன்னும் உள்ளே வளராத முற்றாத மனம் ஒன்று உண்டு. இன்னும் மிருகத் தோல் மீதமுள்ள இருதயச் சுவர் உண்டு. வாழ்வை அதன் போக்கில் அல்லது போக்கே இல்லாமல் தவணைமுறையில் பின்தொடர்பவன். என் போன்ற பிறழ்வுள்ள நான்கைந்து பித்தர்களுடன் இணக்கமுண்டு. அவர்களே மித்திரர் அவர்களே சத்துருவும் ஆனால் பிணைத்திருப்பது வலியும் முத்தமும்

மேலும் நான் மிக நேசிக்கும் எல்லோரும் வெகுவிரைவில் என்னை வெறுக்கும் ரகசியம் என் வாழ்வின் தீராத புதிராய் இருக்கிறது

புதிதாக எழுத வருபவர்கள் பெரும்பாலும் கவிதையையே எழுதுகிறார்கள், கவிதையே மிகவும் எளியது என்ற எண்ணமும் உள்ளது. இதை எப்படி பார்க்கிறீர்கள்? #

August 13th 2017, 10:40 am

நானும் அவ்விதமே வந்தேன். அதன் வசீகரம் அப்படி. ஆனால் மிகவும் எளியது என்று நம்பினால் ஏமாந்துதான் போகவேண்டும். ஆகப்புதிரானது.

ஒரு இசைக் குறிப்பை, ஒரு கதையை, ஒரு நாவலைப் போல் ஒரு கவிதையை கவிதை என்று நம்ப வைக்க இயலாது. ஒரு ஆகச் சிறந்த

கவிதை என்று நான் நம்பும் ஒன்றை யாரோ ஒருவர் எனக்கு அப்பீல் ஆகவில்லை என்று சொல்வாரேயானால் அவ்விடத்தில் அது வெறும் வாக்கியம்தானே.

எல்லோருக்கும் ஏதோ ஒரு புள்ளியில் அதீதமான மனநிலையில் சொல்திரளும், அது ஒரு திரைப்பாடலாக இருக்கலாம். வாசித்த கவிதையாக இருக்கலாம். அந்த நிலை மேலும் அந்தரங்கமானதாக மாறும்பொழுது விவரிக்க விழைகிறான். அது வர்ணணையாகவே பெரும்பாலும் இருக்கும். அது தன்னிலை விளக்கம், முன்னிலை சுட்டல் கடந்து படர்க்கை நிலை அடையும். பின்னர் வாசிப்பு பெருகப்பெருக 0,1 பைனரி பாடுபொருட்கள் கடந்து அடுத்தநிலை அடையும். இப்படியான பயணத்தில் பலர் வாகான இடத்தில் தேங்கிவிடுவர். தொடர்ச்சியான தேடலும் வாசிப்பும் கவிதையில் துவங்கியவர்களை மடைமாற்றி இருக்கிறது

இன்னும் பிராண்ட் ஆகாத, அதாவது முதல் தொகுப்புகூட கொண்டு வராதவர்களுக்கு நேர்பவை குறித்து பேசுவோம். அவர்களது வெற்றி பெற்ற இரண்டொரு கவிதைகளை மாடலாக வைத்துக்கொண்டு அதே போன்ற கவிதைகளைப் பிரசுரிக்க கேட்பதும், அவற்றிலிருந்து ஒரு வேளை விலகிய டெம்ப்லெட்களுடைய கவிதைகளை அனுப்பினால் புறக்கணிப்பதும் நடக்கிறதே? இதில் படைப்பாளிகளை மட்டும் சாட்டு வைக்க முடியுமா?

August 13th 2017, 12:19 pm

தொடர்ச்சியான வாசிப்பைப் பொருத்து ஒவ்வொருவருக்கும் ஒரு சொற் கிடங்கு உருவாகிறது. அவரவருக்கு இணக்கமான முன் முடிபுகள் மற்றும் கற்பிதங்கள் வழி படைப்பு குறித்த தீர்மானங்களை எய்துகிறார்கள். அத்தீர்மானங்கள் அவர்களது புழங்குமொழியை தேர்ந்தெடுக்க வைக்கிறது. அந்த புழங்குமொழியில் ஏற்படும் தேர்ச்சி அவரவருக்கான அடையாளமுள்ள பிரத்யேக மொழியாய் உருவாகிறது. அந்த மொழியின் சொற்செட்டுகள் இளக்கமானதாகவோ இறுக்கமானதாகவோ அமைவது அவரவர் மனஅமைப்பு சார்ந்ததென்றும் சொல்லத் தோன்றுகிறது. சிதைவும் நிலையாமையும் நிரம்பிய மனம் ஒரு மொழியையும் எளிய எதிர்பார்ப்புகளும் அழகியலுணர்வு அதீதமான மனம் ஒரு மொழியையும் தேர்ந்தெடுக்கக்கூடும். நாஸ்டால்ஜியா பேசும் கவிதைகள், அரசியல் பேசுபவை மேலும் அகம் மற்றும் புறம் என்று பிரிக்கத்தக்க வகைமைகளுக்கும் வேறுவேறு சொற்செட்டுகள் உருவாகின்றன என நம்புகிறேன்.

பிரசுரம் சார்ந்த வாய்ப்புகளுக்காக உங்கள் மொழி வளையுமேயானால் உங்கள்தனித்தன்மையைஇழக்கிறீர்கள்என்றுபொருள். தன்னிச்சையாய் வளரும் ஒரு மூலிகைச் செடிக்கும் மரபணுமாற்றம் செய்யப்பட்ட ஒரு நிறமேறிய பளபளப்பான ஆனால் அதன் இயல்புகளேதுமற்ற ஒரு கனிக்கும் உள்ள வித்யாசம்தான் டெம்ப்ளேட்டுக்கு எழுதுவது குறித்து சொல்ல இருப்பது.

நல்ல கவிதை தன் வாசகனைத் தேடி அழைத்துவரும் அல்லது கவிதைக்கு சத்திருந்தால் நல்ல வாசகன் அதைத் தேடி அடைவான். அப்படித்தான் சங்கப் பாடல்களும் காவியங்களும் ஒரே ஒரு பாடல் கிடைத்த கவிஞனும் இன்னும் நம்மோடு இருக்கிறார்கள்

Your poetry is a rambunctious child in my heart

- an anonymous reader from Sarahaah :)

எந்த மாதிரியான சூழலில் கவிதை எழுதுவீர்கள்?

August 12th 2017, 2:38 pm -

அந்த சொல் என்னும் விஷ அம்பு தைத்து விஷம் மெல்ல பரவத் துவங்கி வலியின் போதை ஏறத் துவங்கும் போது

தனிமையில் மந்தமான சூரியன் மலையுச்சியில் பதினோரு மணிக்கு எழுப்பும் போது ஜன்னலருகே ஒரு இரட்டைவால் குருவி க்ரீச்சிடும் போது

....

....

....

என்றெல்லாம் சொல்ல எதுவும் இல்லை

இப்போதெல்லாம் தோன்றும் போது நோட்ஸ் செயலியில் அல்லது வாய்ஸ் ரெக்கார்டரில் பதிவு செய்து வைத்துவிடுகிறேன். பின்னர் தோன்றும் போது ட்ராப்ட்டில் இருந்து எடுத்து பட்டிடிங்கரிங் பார்த்து போஸ்ட் செய்துவிடுவது.

1. கூடற்பின் யாமம்

பறித்த வேர்க்கடலைச் செடியின்
மண்விலகாத ஈரவெக்கை
உன் ஞாபகம்
ஆடைகளை சலவைக்கு
முன் முகரும் பெண்ணாய்
காற்றில் மழை வாசனை
முகர்ந்து வான் பார்க்கும் விலங்கு இக்
காமம்
பனி வானத்தின் முன்விளையாட்டு
மழை திருநற்புணர்வு
நீர் தட்டாமாலை ஆடும்
அருவி தெறிக்கும் இடத்தில்
நீந்தி நீந்தி மீளும் மீன்
உன் தாபம் மின்னும் கருவிழி
நட்சத்திரத்தை ஒரு கோளாய்
மாற்றும் ஒளித்தூரம்
விடுபட விரும்பாமல் இமையை
கண் சப்பிக் கிடந்த கூடற்பின் யாமம்

2. நறுமணத்தால் ஒரு வகிடு

இருளை நறுமணத்தால் ஒத்தடம்
தரும் வனப் பாதை உன் இருப்பு
அண்மையின் இடைவெளி
காற்றில் ஒரு வகிடு
எங்கேங்கோ பார்த்து சொல்
திரளாமல் வயலின் கீறலாய்
புன்னகை
பிரார்த்தனை முடிந்து மௌனித்து
அமர்ந்திருக்கும் பிரகாரத்தின்
அமைதியில் சடசடத்து அமரும்
புறாக்களின் சிறகசைவாய்
இமையடிப்பு
புதிதாய் பறை பழகுபவனாய்
தாளக்கட்டு மாற்றும் இருதயம்
பறப்பதற்கு வாழ்நாளில் பாதி தண்ணீரில் சூத்திரம்
எழுதிப்
பழகும் தட்டானாய் பேசுவதற்கு
பார்த்த ஒத்திகைகள்
தேய்ந்த பௌர்ணமிக்கெல்லாம்
சேர்த்து செய்த சூரியன் காயும் ஆகாயத்தில்
காய்ந்த நதியெல்லாம் திரட்டி
உருட்டிய மேகங்கள் உலவ
கண்ணீரின் உப்பெல்லாம்
பிசைந்து வனைந்த உதிரமுள்ள தெய்வம்
எப்போதும் பதட்டத்தில் தனக்கான

அன்பின் பாண்டத்தை
தவறவிடும்
ஒரு ஆட்டிசச் சிறுமிக்கு
பரிசளித்த
ஆயுளின் துண்டு இந்த
நற்கணம்

3

ஒரு தந்திவாத்தியத்தின்
இசைக்குழியாய் ரீங்கரித்துக் கிடக்கிறேன்
உன் அண்மை நிகர்த்த
ஞாபகத்தால்

4

உன்
ஊடலின் கதவுகள்
மண்பாண்டத்தின் பௌதீகம்
கொண்டவை
வெட்கை கூடக் கூட
உள்ளே கள் குளிர்ந்து
வேட்கை நொதிக்கிறது
ஒரு தாவரத்தின் அத்தனை
இலைகளும் தம் நரம்புகளால்
தையலிட்டு
தையலிட்டு
காற்றை பொத்தி வைக்கத்தான்
பரிதவிக்கின்றன இல்லையா
அக்கறைகளின் மென்பதட்டம்
தந்தி அதிர இசைக்க முயல்வது
அவ்விதம்தான்

5

நம் எல்லையில் இல்லாத ஓர் கைமீறிய
துக்கத்தில்
விசும்பிக் கொண்டிருப்பவளை திமிர திமிர
அணைத்து சமாதானப் படுத்தும்போது
அழாமல் இருக்க முயல்வது
மது வாசனையோடு குழறும் பாகனின்
ஆணைகளுக்கு யானை தடுமாறுவது
கண்ணீர் மீதான
முத்தங்கள் செத்து விழுவதை
மடியேந்தி வருடிக் கொடுப்பது
கூட இருப்பது
கூடவே இருப்பதை கோதிச் சொல்வது
அல்லது மௌனித்து வடியக் காத்திருப்பது
மறவாமல்
இயல்பு மீண்டபின்
அந்த சமாதானத்தின் மீது
எந்த கோரலும் இல்லாமலிருப்பது

6

இமைரோமங்கள்
மாங்குரோவ் வேர்கள்
நிலா
கருவிழி
நீர் வெண்திரை
நெகட்டிவ்வை கழுவிக் கொண்டிருக்கிறது காற்று
விடிந்தால்
இவ்வுலகம் தன் வண்ணங்களுக்கு திரும்பிவிடும்

7

வலியறிந்த நேர்ச்சையை
நிறைவேற்றுவதாய்
இருக்கிறது வாழ்வு
வழியே
தெருமுக்கில் தாகத்திற்கு
நீரேந்தி நிற்பவளின்
மினுங்கும் கண்களோடு
விடிகிறது சூரியன்
வானம்
எவ்வளவு குடித்தாலும்
தேனை மிச்சம் பிடித்து
வைக்கத் தெரிகிற பூவாய்
எனக்கான அன்பை
முடிந்து வைத்திருக்கிறது
ஒரு தலைகோதல்
நிழலற்றுப் போதல்
சாத்தியமில்லை
ஆனால் இன்னும் கொஞ்சம்
உயரத்திற்கு
பறந்தால் நிழலை குறுக்கலாம்
சாவை அப்படித்தான் ஒத்தி
வைக்கப் பழக்கி இருக்கிறாய்
நீ

8

ஆணியடிக்க அனுமதியில்லாத
வாடகை வீடுகள் தோறும் அலையும்
இறந்தவனின் புகைப்படங்கள்
கைவிடப்பட்ட பாய்மரத்தில்
முளைக்கும் காளான்கள்
கத்தரித்துக் கொள்ள முடியாத
பேரன்பின் சுமைக்கூலிதான்
என்ன
அவனுக்கும் அல்லது அவளுக்கும் சேர்த்து
இருத்தல்

9

காட்டின் கூட்டுக் குடித்தனப் போர்வையாய்
மூங்கில் புதர்களை காற்று
கடக்கும் கிசுகிசுப்பு
என்றாய் நீ
நீரும் காற்றும் ஆடும்
செங்குத்து தட்டாமாலை
மழை என்பது தோழி கூற்று
நனையும் மலையின்
ஊமைக்காட்சிக்குள்
ஒரு வெட்கச் சிலிர்ப்பு
முணுமுணுப்பதை கேட்கும்
செவிகளுக்கு இவ்வுலகு இனித்தம் உடைத்து
என்பதையும் சேர்த்துக் கொண்டாள்
யாருக்கோ
அடக்கி வைத்த அழுகையின்
முதல் தேம்புதல் சப்தமாய் ஒலிக்கும்
இடியின் குரல் உயர்ந்த மரத்தின்
கூட்டில் உறங்குபவர்களை
கிளர்த்துகிறது என்றாய் நீ
வெறுமனே யாரையேனும்
கட்டிக் கொண்டிருக்க வேண்டும்
போலிருக்கிறது
என்றபடி தோளில் சாய்ந்து கொள்கிறவளை
தலைவருடி ஆற்றுப் படுத்தியதோடு நிறுத்தி இருக்கலாம் நீ
நீயேன் இன்னொரு மணம் செய்து கொள்ளக்கூடாது
என்ற அபத்தக் கேள்வி எவ்வளவு வலியை
கிளர்த்தி விட்டது பார் முட்டாளே

10

அன்பின் நல்வினைகளை
ஸ்பரிசிக்கக் கொடுத்திருக்க வேண்டாம் நீ
Pls get outta ma lyf
இக்கணம் நீதான்
நிரம்பித் ததும்புகிறாய்
மற்றாருமில்லாத இந்த உடலின்
உதிரத்தை
மணிக்கட்டில் கீறி ... உனக்குப் புரியாது
Don't do me any favours,
you never deserve my love
இன்று அணிந்திருந்த உள்ளாடைகளை
எரித்த சாம்பலை
விரைவஞ்சல் செய்திருக்கிறேன்.
உனக்குப் புரிகிறதா?
Freak ,u will pay for it
கதறி இறைஞ்சி கர்வத்தை
கண்ணீரால் வனைந்து
ஒரு
பிச்சைப்பாத்திரமாய்
ஏந்த வேண்டும் அப்படித்தானே
Better go to hell you moron
Am not ur fckhole
உனக்கு மூளையில் முளைத்த
யோனி வேண்டும்
கழிவறை கூழ்க்காகிதம்
உனக்கு என் சவ்வுகள் ?
I will burn you in to ashes and ...
ஆனாலும் நீ
அன்பின் நல்வினைகளை
எனக்கு ஸ்பரிசிக்கக் கொடுத்திருக்க வேண்டாம்

11.கொன்னக்கூவல்

சாணியேறிய கொலுசுத் திருகாணி
தவிடு அப்பி இருக்கும் மோதிரப் பள்ளம்
புண்ணாக்கு துடைத்த முந்தானை
குளம்புப் பிளவில் இருந்து பிதுங்கும் மரகதப்
பச்சை
குடுதாணி திரவம் ரேகையிட்டிருக்கும்
முழங்கை
கொன்னக் கூவல் கூவும் விடைக் கோழி
வேலியில் குருவித்தலை பாகல்
கால்கட்டிய புதுப் பசுவில் பீய்ச்சி
அதன் முதுகு வருடி எழுந்து
முன்நெற்றிக் குழல் விலக்கி சிரித்த ஒரு
கல்கோனா சிரிப்புக்குள்
இரண்டு சனி வருடம்
கடந்திருந்தது

12.விடைபெறல்

ஒரு மண்புழுவின்
மரணமாய் என் இன்மை
சலனமின்றி உன்னில் நிகழவே
விழைகிறேன்
விடைபெறுதலின் கனம் குறைந்து
விசும்பல்
தீண்டா தூரத்தில்
மலர்வதாக
அறிதல்கள் ஒரு செய்தியாக
மாறும் பருவம்தான் ஞானம்
என தோன்றிற்று
தவற விட்ட பிறை குறித்து
பெரிய வருத்தமேதும்
இருப்பதில்லைதானே

13

என்னை என்னால் ஆசிர்வதிக்க
முடியாத நாட்களில்
ஒரு மரப் புடவுக்குள் அடையிலிருக்கும்
பறவையாய் நினைத்துக் கொள்
தேவாலயத்தின் வாசலில் வாடிக்கையாக ரொட்டி வாங்கித்
தரும்
சிறுமிக்கு காத்திருக்கும் ஒரு முதிய ரோகியாக
லாடம் அறைந்த குளம்பு மிதித்து சிதைந்த கூட்டிலிருந்து
ஒழுகும் நத்தை
உறையத்துவங்கி விட்ட ஆழமான வெட்டுக் காயம் கூட
பொருத்தமானதுதான்
இப்படி நினைத்துக் கொள்ள வேண்டுமென்பது கூட இல்லை
எப்படியெல்லாமோ நினைவில் நிற்க விரும்பிய மட்கிய
எலும்புகள் மீது
அழிந்த பறவைகளின் தடங்களிடையே
எவ்வளவு அபத்தம் இப்படி அவாவுவது
ஆனாலும் அன்புக்கு நிமித்தம் வேண்டி இருக்கிறதுதான்
இல்லையா
குறைந்த பட்சம் உன் கரடி பொம்மையின் கண்ணாய் இருந்த
பாத்தானை மீண்டும் தைக்க எடுத்து வைத்திருக்கும்
ஞாபகமாகவேனும்

நினைத்துக் கொள்
நான் சொஸ்தமாகி விடுவேன்
என்றுதான் தோன்றுகிறது

14

ஒரு மிருகத்தை இன்னொரு மிருகத்தின் தோலில் அறைந்து
இசைக்கு பழக்குதல்
அல்லது
மழையை ஸ்போக்ஸ் கம்பிகளாக்கி
என் பூமியை வானத்தோடு பிணைத்துச் சுழலவிடுதல்
புதை குழியின் பற்றுக் கயிறாய்
ஒரு பெயரை நீட்டுதல்
அல்லது
மலையுச்சியில்
கற்பகோடி ஆண்டுகளாய் கிடந்த கல்லை நதிவெள்ளமாய்ப்
பெருகி
சமவெளிக்கு கொணர்தல்
மதநீர் பெருகிய யானையை
பிணைத்துக் கட்டியிருக்கும்
கூடுதல் சங்கிலிகளை தளர்த்துதல்
அல்லது
பதியனிட்ட தாவரத்தின் கிளைகளுக்கு
விடுதலையளித்தல்
இறந்து கிடப்பவர்முன் முதன்முதலாய்
உறவைச் சொல்லி அழுதல்
அல்லது இவையெதுவும்
அல்லாது
வெறுமனே காதலித்தல்

15

மழையடித்துக் கொணர்ந்த
மான்கொம்பு
ஈரமரவேரில் ஒதுங்கி கிடக்கிறது
இரு சுருக்கம் விழுந்த
உடல்கள் வெறுமனே
கண்கசிய கெழுவிக் கிடப்பதாய்
கற்றாழை முள்ளில் சொட்டி
நிற்கும் வானத்திற்கு
காற்று நாக்கு நீட்டுகிறது
மழைக்குப் பிறகான
முதல் வெயில் கீற்றை
பஞ்சுருட்டான்கள் அறிவிக்கின்றன
குழந்தைக்கு போர்த்தப்பட்டிருக்கும்
மென்துகில் விலகுவதாய்
மௌனம் மெல்ல நழுவிக் கொண்டிருக்கிறது

16

நகக்கண்ணை ஆடியில்
வைத்தாற் போல்
இலைகள் முகம் பார்க்க
துவங்குகிறது
ஒரு நீர்த்தாவரத்தின்
பயணம்
பார்த்துப் பார்த்து வளர்த்தப் பூ
சூரியனுக்கு மலர்ந்து
சந்திரனுக்கு அழுகத் துவங்குகிறது
காத்திருந்து காத்திருந்து
சலித்து
ஒரு முத்தத்தை இடம் மாற்றி
இட்டு உறங்கப் போவதாய்

17. கார் காலம்

அம்மை வார்த்த உடலாய் நிலம்
நீர் கொப்பளிக்கும் மழை நாளில்
மகரந்த வாசம் பிலிற்றும் அறைக்குள்
நுழைந்து திறந்த நெஞ்சமரும்
பச்சை வெட்டுக்கிளி
நீ வந்த நேற்றைய கனவு
முருங்கை மரத்து கம்பளிப் பூச்சிகளுக்கு
நெருப்பு காட்டும் போது கண்களை
இறுக மூடிக் கொள்ளும் குழந்தையின் கால்விரல்கள்
நிலத்தை ஏன் இறுகப் பற்றுவது போல்
மிதிக்கின்றன
மழைக்கு இலைமூடும் தாவரத்தை குறித்து
மண்புழுவிடம் பேச நிறைய இருக்கிறது
சிட்டுக்குருவிகள் கெச்சட்டம் கேட்கும்
மூடிய வீட்டின் முற்றங்களில் ஒன்றைக்
கழுவி வை
பின்மதியத்தில் எப்போதும் வரும் குளவிக்கு
காத்திருப்போம் இருவரும்
திண்ணைகளில் ஊரும் நத்தைகளின்
காம்பஸ் முள் கொம்பு மீதான
உன் பால்ய கதையை மீண்டும்
கேட்க வேண்டும் நான்

18

சூதாடி வளர்க்கும் ஓநாய் இந்த பசித்த காதல்
பகடைகளோ
உன் இமைப்புக்கு பணிந்து விழுகின்றன
நேற்றைக்கு சூரியன்
இன்றைக்கு நட்சத்திரங்கள்
நாளையேனும் குழந்தையிடம்
செல்லமாய் தோற்பது போல்
வெல்ல விடலாம் உன் பகடைகள்

19

இது தனிமை என்றால் அடை காக்கும்
தனிமை
இது மரணம் எனில் மேகமெல்லாம்
கூடிச் சாகும்
மரணம்
இது புணர்ச்சி ஆகுமானால்
புணர்ச்சி முடிந்தால் சாவு என்று
அறிந்த புணர்ச்சி
இது கருணை என்பாரெனில்
ஊற ஊற உதிரம் தரும் கருணை
இது புளகம் என்பதாயின்
மலை முழுக்க காத்திருந்து
பூக்கும் குறிஞ்சியின் புளகம்
இது பிறப்பது என்றானால் உன்
காதலால்
பிறந்ததைச் சொல்லலாம்

20

வழிப் போக்கன் பருகிய சீம்பால்
என் கனவு
நீ சாதகப் புள் பருகிய பனிக்கட்டி மழையைப் பற்றி
விவரிக்கிறாய்நம்மிருவர் முன் வழிந்து
நதி போல் ஓடிக் கொண்டிருக்கிறது
லாவா
வண்ணத்துப் பூச்சிகளைப் போல் பறந்து
கொண்டிருக்கின்றன
நம் வார்த்தைகள்

21

என் நீர்ப்பாதையின்
கலிங்குகளில் பாசி வளர்கிறது
பார்வையிழந்த பறவை தத்தி நகர அஞ்சும் நடையுடன்
இருதயம் தாளம் பிறழ்கிறது
விடைபெறும் தருணத்தை எப்படி
எதிர்கொள்கின்றன வலசைப் பறவைகள்
நங்கூரத்தை விடுவிக்கும் கணத்தில்மேகங்கள் ஏன் இவ்வளவு
சப்திக்கின்றன
இரண்டு ரயில்கள் எதிரெதிரே
பேரோலத்துடன் கடக்கும்போது
நடுவே இருக்கும் மின்மாற்றிப் பெட்டியின் கீழ் பிரசவிக்கப்
பட்டிருக்கும்
நாய்க்குட்டிகளின் பதட்டம் இது
காட்சியகத்தின் நீர்நாய்கள்
வெள்ளத்தை முன்னறிவிக்கும்
சப்தத்தை காப்பாளன் உணர்கிறான்
புறாக்களின் ஞாபக வரைபடம்
பூமியின் காந்தக் கோடுகளால்
ஆனது
எந்த அலைநுட்பமும் உன்
வாசனைகளை கொணர முடியாதில்லையா

22

நான் சற்றே உயரம் குறைந்த மெழுகுவர்த்தி
ஒரு பிரார்த்தனைக்காய் எரிந்தேன்ஒளிக்கு
குறைவில்லை
மீதிக்கு நீ எழுது

23

முரசதிரும் தூசாய் மழை
முத்தம் பெற்ற ரோமக்காடு
கண்ணாடியில் படரும் மூச்சாய்
நீர்த் தளமெங்கும் தெரிந்து மறையும் வானம்
அறிதுயில் கண்கள்
நனைந்த கித்தாரில் நடுங்க உதடு பதிக்கிறவனாய்
மின்சாரக் கம்பிகளில் ஒன்றியமர்ந்து சிறகுதறும் ஈரக்
குருவிகள்
முயங்கப் பெற்ற இருளோடே
சில்வண்டாய் சிலிர்த்து இரவானது
முளிதயிர் பிசைந்த விரலன்ன காடு

24

காளான்கள் மீது உதிர்ந்து கிடக்கும்
ஈசல் இறகு
புயல் மேகத்தின் மீது
ஒளிரும் வெளிச்சச் சக்கரம்
குழந்தைகள் விழித்து விடக் கூடாதென்ற
பதட்டத்தில் முடிந்த புணர்ச்சியின்
மென் மதர்ப்பு படர்ந்த முகம்
எல்லா பாகமும் இறுக
மிருது கூடிக் கொண்டே போகும்
உடலின் ஏவுதளம்
மழைப்பூச்சிகள் அடைந்திருக்கும்
தாவரங்களை
கடித்த இடத்தில் முத்தமிடும்
வன்மோகம் பெருகும் அலகுகளுடன்
நெருங்குகின்றன பள்ளத்தாக்குகளின்
பறவைகள்

25

திருவிழாக் கூட்டத்தில்
உடைந்துவிடாமல் தன் குழந்தையின் பலூனை பாதுகாத்து
வீட்டுக்கொண்டு போகும் ஓர் இளந்தாயாய்
உன் நினைப்பு முத்தமாய் கனிந்திருக்கும் இந்த கணத்தை
உன்னிடம் சேர்ப்பித்துவிட முடிந்தால் போதும்
கூடவே பேருந்தின் மழைஜன்னல்
கம்பிகள் கோர்த்திருக்கும் தேன்கூடு வடிவச் சொட்டுகளை
சுண்டி விளையாடும்
பதின்வயதுச் சிறுமியின் மென் பரவசத்தையும்
குட்டியாட்டுக்கு அரைடிக்கெட் போதுமென அடம்
பிடிக்கும் மூதாட்டியின்
தண்டட்டியில் ஒட்டியிருக்கும் அரப்புத்தூள் பச்சையை
மிதமான மதுவாடையோடு
வெற்றிலை எச்சில் தெறிக்கப் பேசிக் கொண்டு வருபவர்
மகளுக்கெனச் சொல்லி பை விரித்துக் காட்டும்
குமிட்டிக்கீரை மணத்தை வாத்துமுட்டையின்
மாப்பிள்ளைவேட்டிக் கொண்ட அழுக்கேறிய பட்டு
நிறத்தை
கொடைக்கு ஆடு உரித்தவன்
கருக்கி எடுத்துப் போகும் ஆட்டுக்கால்களின் குளம்புக்
கவிச்சியை வாசனைகளால் கிளறும்
இந்த வெட்கம் கெட்ட உடலை
அதன் நெல் அவித்து பரத்திய கோணிச்சூட்டை
உடல் மீப்பெரும்
சிமிழ்
அயர்ந்து உறங்கிக் கொண்டிருக்கிறது
ஊர்
சரிகை மட்டும் மின்னுவதாய்
தெருவிளக்கின் மஞ்சளின் கீழ் பெய்கிறது மழை
வீடு சமீபித்து விட்டது

26

பாரம் கூடிய வலையின் நைலான் துளையாய் வடிவம்
மாறுகிறது இதயம்
காற்றை சிறகுகளின் எதிர்த் திசையில் இருந்து வரையத்
துவங்குகிறேன்
சதா புழக்கத்திலிருக்கும் கடல்
தன் ஆடம்பரமான தங்க மேகங்களை
கழற்றிக் கொண்டிருக்கிறது
காதல் கர்வங்களை கனிவித்து
ஒரு பூமராங்காய் மாற்றுவதை உணர்கிறாயா
சேதமுற்ற சகல ஒழுங்குகளுக்குப் பின்னும் நிரந்தரம் என்று
நம்பும் ஒரு பேராசை ஒளிந்திருக்கிறது
மச்சம் சற்றே ஒதுங்கிய மார்பிளவாய்
உள்வாங்கிய கடல் தன்னை திறந்து காட்டும் இடத்திற்கு
மேல் பறவைகள்
என் பார்வைகள்
அலகு தாழ்த்துவதை பழிக்க ஏதுமில்லை
தீவிலிருந்து பார்க்கும் வானவில்
புரண்டு படுக்கும் கடலின் இடை வளைவிலிருந்து நெகிழும்
ஆடைச் சுருள்
கடலின் சமதளம் என்பது எவ்வளவு பெரிய மாயை
என்பதை ஒரு வேட்கை மிகுந்த முத்தம் ஞாயிற்றுக்
கிழமையின்
ஜன்னல் சூரியனில் துவங்கி
பற்தடத்தில் முடிந்ததை சொல்லிக் கொண்டிருக்கிறது
வர்ணம் மிக்க
கடற்பாம்புகளின் உடல்கள் புணர்ந்து கொண்டிருக்கின்றன
புணரவே சாத்தியமற்ற இருவரின்
நாவுகளாய்

27

இறந்தவளின் கருப்பு வெள்ளை
உள்ளூறுப்பு சித்திரங்களை வெறித்துக் கொண்டிருக்கும்
போது
இறுதியாய் விரும்பிக் கேட்ட புணர்ச்சியில் வாழ்வைத்
துய்க்கும் வேட்கை
விளக்குகளால்
அலங்கரிக்கப்பட்ட விசைப் படகாய் நீந்தியது
கண்ணாடுகிறது
பூக்க மட்டும் முடிகிற தாவரத்தின்
சந்ததிகள் தன்னியல்பில் பெருகுவதாய்
ஞாபகங்களில் இருந்து பெருகும் அன்பு
முளைத்துக் கொள்கிறது
அன்றொரு பின்மதியக் கூடலுக்குப் பின் குழலுலர்த்திக்
கொண்டே
குழந்தைகளின் உலகில்
ஒரே பறவைதான் வானத்திலும்
கிளையிலும் தொலைக்காட்சியிலும்
பறந்து கொண்டிருக்கிறது இல்லையா
மித்ரா என்று கேட்டாய்
ஆம் ஒரே ஒரு ஊனப்பட்ட அன்பை
நிரப்பிக் கொள்ளத்தான்
இத்தனைக் காமமும் என்று இன்று
தோன்றுகிறது சகி
புகைப்பவனின் உதட்டில்

சுடும் காம்புகள் குறித்து நாம் பேசிய
படித்துறையில் மீன்கள் என்
அந்தரங்க வெளிகளில் கவ்வி மீள்வதை
எங்கேனும் இருந்து
ரசித்துக் கொண்டிருப்பாய்
இறக்கை கட்டிய புறா
புதிய வாழிடத்திற்கு பழகிக் கொண்டிருக்கிறது
நீயற்ற உலகின் சொற்களற்ற நிறுத்தற் குறிகள் இந்த வானின்
நட்சத்திரங்கள்
வாழப் பழகிக் கொண்டிருக்கிறேன்
தற்கொலைக்கு முன்
உடலைத் தானமெழுதிப் போட்ட கையெழுத்து
உன் நினைவு சாகக் கூடாது
என்று நீ போட்ட சண்டைகள்
கூடு கட்ட ஒரு பறவை அமர்ந்து
அமர்ந்து பார்க்கும் கிளை
என் கடிகாரத்தின் எண்கள்
மீது அலையும் ஞாபகத்தின் முள்

28

பொன்மூங்கில் தோள்கள்
அம்மை வடு கணு
பச்சை நரம்பு ஊர்ந்து இறங்குகிறது
கருவிழி பெயர்ந்து வண்டாய் சுற்றிச் சுற்றி
ரீங்கரித்து கிறங்கி மிதக்க
பிரார்த்தனை முடிந்து சிலுவை
இடுகிறவள் விரல் தோள் தொடுகிறது
மேய்ச்சல் நிலத்திலேயே
தன் கன்றை பிரசவித்தது
அம் மேய்ப்பளின் வழிதப்பாத ஆட்டுக் குட்டி
அறுவடை முடிந்த நிலத்தின்
'தப்புக்கதிர்கள்' சேகரிக்க வருபவர்களாய்
புணராமல் தழுவிப் பிரிந்ததில் நெரிந்து உதிர்ந்த
மயிர்களை ஆடைமாற்றுகையில்
உதிராமல் பதைத்துப் புறப்படுத்தும்
மென்வெட்கத்தை உனக்கு
சொல்ல முடிந்ததில்லை
பாலூட்டியபடி தானும் உறங்கிவிட்ட
தாயின் கலைந்த ஆடையை
சரி செய்து விழித்ததும் அவள் கொள்ளும்
சிறுபதைப்பை ஒத்தி வைத்து
உறங்க முயலும் தகப்பனாய்
இந்த காமத்தை துயிலாழ்த்தி
ரசிக்கிறது காதல்

29

நீ முத்தத்தின் எச்சிலில்
தொய்யில்
திரவம் செய்யும் ரசவாதி
நிலவில் பூக்கும் மலர்கள்
உறிஞ்சி மேகம் செய்கிறது
மிருகத்தோல் உலர்த்தும் பகல்

30.நீருயிர்களின் சூத்திரம்

கர்ப்ப காலத்தைவிட பெரிய தனிமை இல்லை
உறக்கம் எவ்வளவு நீண்ட ஒத்திகை
எனத் தோன்றும் உனக்கு
ஏன் இருப்பும்
அவ்விதமே எனக் கூடாதிருக்கிறது
கருணையின் திசுக்கள் உபரித்தசைகளால் செய்யப்பட்டவை
அவை
சொந்த துயரை முதலில் வருடிப்பார்த்துக் கொள்ளும்
பிறந்த கன்றின் மீதிருக்கும்
பனிக்குடத்து நீரை நக்கும் நாவும்
தன் சீழை முகர்ந்து தன் புண்ணை
தானே ஆற்றும் நாயின் நாவும் ஒன்றல்ல
மூச்சே ஒளியான கோள்களால்தான்
இயங்குகிறது இப்பிரபஞ்சம்
சுயமிகளே
ஊற்றுக்கண்களை பூமிக்கு பொதுவாக்கினார்கள்
தக்கையை அசைக்காமல்
புழுவை மட்டும் தின்று விட்டு
செல்லும் மீன்தான்
பிரசவித்ததும் தன் குஞ்சுகளையும்
தின்றது
பாம்புக் குட்டிகள் குறித்து நீ
அறிந்ததுதான்
தேவையெனில் கடல்
தன்னை விரித்துக் கொள்கிறது

உடல்களுக்கு கரையான்களை
ஏவும் பூமி
மழைக்கு புற்களின் வேர்ப்பின்னலை
அடைகாப்பதும்
விதைகள்
பல்லாயிரம் கோடைக்கும்
மட்காமலிருப்பதும் குறித்துப் பேச
மடிகளுக்கேங்கும் மயக்கம் உதவாது
மின்னல்களை எப்படி
உப்பு நீருயிரிகள் எதிர்கொள்கின்றன
என்பதில் உள்ள புதிர்தான்
இக்கணத்திற்கான இருத்தலின்
சூத்திரம்
பிறிதொன்றுமில்லை

31

ஞாயிற்றுக் கிழமை திருச்சபைக்கென
வைத்திருக்கும் நல்ல ஆடைகளுள்
ஒன்றை அணிந்து வந்திருந்தேன்
.நீ வரவே இல்லை
இரவாடையின் கிழிசலை
தைக்கத் தோன்றவில்லை
விரைத்த மீன் இளகும் வரை
அறுக்க காத்திருக்கும் இணக்கமற்ற
பொழுதாய் இரவு நீள்கிறது
மெழுகுவர்த்தி ஸ்டாண்டை சுத்தம்
செய்யும் போது
திரிக்கருப்பும் வெண்மையுமாய்
பியானோ கட்டைகளை வருடும்
உன் கரிய விரல்கள் நினைவு இடறிற்று
வியாதியஸ்தர் நெஞ்சை தடவித் தருகிற
மாதிரி வீசுகிறது காற்று
என்னவோ முதன்முறையாய் கூசுகிறது
அண்டை கல்லறையையும் ஏன்
சேர்த்து சுத்தப்படுத்துகிறாய் என்ற
கேள்விக்கு என்ன பதில் சொல்லட்டும்

32

மலைகளின் மௌனத்தை பேசும்
பறவைகள் கடலின் சப்தத்தை மௌனமாய்
மொழி பெயர்க்கும் நத்தைகளை
கவ்வித் துவங்கும் இளங்காலை
நீ சோம்பல் முறிக்கிறாய்
விடைபெறப் பிரியமின்றி
சிணுங்கலாய் நெளிந்து சிரிக்கிறது
கழுத்தைக் கட்டி உறங்கிய
வேதாளம்

33. மீண்ட குமாரத்தி

நேற்றுவரை
என்
மணற்கடிகாரத்திற்கு
தாடி முளைத்த நாட்களில்
மீன்களின் எலும்புக் கூடுகளில்
கடைசித் துணுக்கு தசைக்கு
சாரையிட்ட எறும்புகள்
குளம்புப் பள்ளங்களில் மிஞ்சிய
ஈரத்திற்கு
முளைத்த புல்
எல்லாம் மூழ்க மூழ்க
நெடுநாளுக்குப் பின் கரையுயர்ந்திருக்கும் என் நதியின்
மேல் முட்களுதிர்த்த அந்தியின் கடிகாரம்
உறைந்த நினைவுகள்
வெவ்வேறு காலங்களை காட்டி நிற்கும்உயர்ந்த
நீர்பறவைகளின்
கால்கள்
ஆடை கலைபவர்களின் நிழல் போல் நிறம் மெலியும்
நீரலைகள்
காற்று கைமறதியாய் விட்டுச் சென்றிருக்கும்
சுருண்டகாலுறை
நத்தையோடுகள்
வேனில் உள்ளாடை இறுக்கப்பள்ளம்
கரையெங்கும் நாரைகளின் கால்தடங்கள்
அம்மைப் பள்ளங்களை நிரவும்

நீர் அரிதாரம்
தசாப்தங்களுக்குப் பின்
ரசம் பூசிய கண்ணாடியில்
முகம் பார்க்கும் வானம்
புத்துயிர்ப்பு
அந்தோ
பைத்தியம் தெளிந்து வந்தவன்
திரியும்
நகரமாய் முகவரியற்று
சேரிடம் அறியாமல்
அலைகிறதென்
நதி

34

சக்கரநாற்காலியொன்று நகரத்தின் மழைக்கும் சாலையை
தன்னந்தனியாக கடந்து வீடு சேர்வதாய்
ஓர் மன்னிப்பு
திமிரின் சீசாச்சில்லுகள் பதித்த சுவர்களை
பூனையின் பாதங்களுடன் கடந்து
உன் அழும் முகம் அருகே நிற்கிறது
கண்ணாடிக் கூம்புக்குள் எரியும் சுடர்
மிக நெருங்கின மூச்சுக்கு அசைவதாய்
கண்கள் யாசிக்கும் அந்த முதல் சொல்
ஏழுகடல் ஏழு மலை தாண்டி குகைக்குள்...
அந்த கிளி ஊமையும் செவிடும்
கண்களை மூடி ஒரே அணைப்பில்
சகலமும் பொடித்து விட்டாய்
மழை முடிந்ததும்
காற்று சுவர்களை உலர்த்தத் துவங்குவதைப் பற்றி
யாரேனும் எழுதி
இருக்கிறார்களா
அதன் விநோத சித்திரங்களைப் பார்த்திருக்கிறாயா
மழைக்குப் பிறகு துவங்கும்
மெல்லிய ரீங்காரங்கள் குறித்து..
இல்லை அல்லது தெரியாது
இக்கணம்
நான் உன் இறக்கைகளுக்குள்
பத்திரமாய் இருக்கிறேன்
போதும்.

35

விஷம் இறுகி உறைந்து செய்த
மாணிக்கம் இந்த இரட்டைக்கரு
கொண்ட சூரியன்
மண்குழைத்து கூடு செய்யும்
உயிரின் உதடுகளின் பிசுபிசுப்பு சாயல் கொண்டவை
இந்த ஈரச்சுரப்பிகளின் உடல்
திரிக்கருப்பு
மீனின் கண்
முத்தமிடக்குவியும் உதடுகளின்
மைய இருட்டு
காயம் ஆறும் நிறம் கொண்ட இரவு

36. நிழலின் ஆயுள்

மரபணுக்களின்
ஞாபகத்தை விட கூடுதலான
ஆயுள் நிழல்களின் நீடு மௌனத்திற்கு
உடல் என்பது வெறும் சிமிழ்
ஒரு மலைச்சுனையின் வேர்கள்
தீண்டும் நீரோட்டம்
உன் முதல் முத்தம் கடந்து வந்த வெட்கத்தின் ரகசியதூரம்
நீரில் தற்புணர்ந்தவன் மகள்
முதல் கடற்கன்னி
அல்லது விடாயின் முதல் உதிரத்தை
நதிக்குப் பருகக் கொடுத்தவள் சமுத்திர ராஜனைப்
பிறப்பித்தாள்
நீரின் முதல் நிழல் கரையில் சினைத்த
தன் முதல் மகவின் மீது வீழ்ந்த போது
நிலா சிலிர்த்தது
வாடகைக் கரு வளரும் குடுவைகளின்
நிழல் குறித்துச் சொல்ல இதிகாச காலத்தின்
தூர அவகாசம் வேண்டியிருக்கிறது மடியில்
கருவறை செய்து தாயாகும் உலகின் விருத்தி பீடத்திற்கு
அன்பு என்ற சொல்லுக்கு
அருகமர் ஒலியமைவுடன்
என்பு எனும் சொல்லை

37

பனிக்காலம்
கைமறதியாய் விட்டுப் போன சாவி
கடைசி ஆனைசாத்தனின் கூவல்
பெண்துறவி மீண்டும் மீண்டும்
மழித்துக் கொள்ளும் கூந்தல்
அல்லது இச்சை
இந்த நிலா
ஏதோ ஒரு போரில்
புதையுண்ட வெடிக்காத குண்டுகளை
கண்டறிவதாய்
ஒரு கலவி கிளர்த்தும் ஞாபகங்கள்
எல்லா ஆவேசமான புணர்விலும் கொஞ்சம்
துக்கமும் ஒட்டியிருக்கிறது
பலிக்களம் வரை இழுத்து வர முடியாமல் கொஞ்சம்
பசும்புல்
தந்து அழைத்து வரப்பட்ட பலிமிருகம்
அந்த காமம்
எலும்பு வெடித்து எரியும்
சிதை
நலிவிலாத இருப்பின்
சாட்சியம்
குளிக்கும் முன்
இன்னொரு உடலின் வாசனையை
முகர்ந்து பார்ப்பதாய்
நிலவு வீழ்ந்திருக்கும் குளத்தில்
இலை உதிர்ந்து வெளிச்சத்தை
வடிகட்டிக் கொண்டிருக்கிறது
மீன் முட்டையிருக்கும்தாவரஇடுக்கிறகு.
ஒரு முதியோர் இல்லத்து பூங்காவுக்கும்
ஒரு கால்பந்தாட்ட மைதானத்துக்கும்
தேநீர் கொண்டு போகும் சிறுவனின்
உதட்டில் சீழ்க்கையாகும் பாடல்
உன் கவிதை

38

ஞாயிற்றுக் கிழமை மாலை நிலவுக்கு
ஒரு வசீகரம் உண்டு. பிரக்ஞைக்கு மீள்தல். குதிரைக்கு
லாடங்களை சரிபார். கலைந்த திசைகளை காம்பஸில்
ஒழுங்கு செய். மீண்டும் ஒரு பணிநிமித்தப் பிரிவுக்கு
கையசை. அடுத்த பஸ்ஸுக்குப் போ. இன்னும் நேரம்
இருக்குல்ல. குழந்தைக்கு முத்தமிடு.

இப்போது நிலா எழுந்து விட்டிருக்கிறது. ஜன்னலோரம்
புளியமரத்து கிளைகளிடையே அந்த மஞ்சள் பூசிய இடை
முந்தானைக்குள்ளிருந்து எட்டிப்பார்ப்பதாய் நிலாப்பிறை
கண்ணாமூச்சி.சிக்னல் சிணுங்கும் மொபைலை அணைத்துப்
போடு.ஓட்டுநர் அடுத்த பாடலுக்கு தாவுகிறார். உண்மெ
சொல்லுப் பொண்ணே என்னை என்ன செய்ய உத்தேசம்.
காலம் என்ற தேரே ஆடிடாமல் நில்லு. உனைப் போல
நானும் மலர் சூடும்... நீ பௌர்ணமி.

39

எவ்வளவு வேகமாய் அடித்தாலும்
இறகுப்பந்தின் வேகம் அவ்வளவுதான்
இதயத்தின் பதைப்பு கடிகார முள்ளை
எப்படி நகர்த்தும்
அவசரமில்லை நிதானமாய் வா
பாறையில் வெய்யில்தான் பாசி
வளர்க்கிறது
கோபத்திலிருந்து மன்னிப்புக்கும்
மன்னிப்பிலிருந்து ஒரு முத்தத்திற்கும்
கனிய
தேன்கூட்டிலிருந்து மெழுகை மட்டும்
உண்ணும் ஒரு பறவை போல் காத்திருக்க வேண்டி
இருக்கும்

40

கூழாங்கல்லெல்லாம்
கெளுத்தி உடலாகும் மலைச்சாலை
தொட்டிச்செடியின் கிளை
மட்டும் நனைய
வேர்தவிக்கும் பதைப்பாய்
மனசு
சிறுவாட்டு தாபம் எல்லாம்
சிணுங்கிச் சிணுங்கி
கேட்கும் வெப்பம்
சங்கின் மேல் படரும் உறைபனியாய் சிவப்பை
மூட்டுகிறது உடலம் எங்கும்
தோகையில் விழும் மழை
உலோகச் சத்தம் எழுப்ப
பனைத்தண்டில் ஏறும் கருமை
வழிகிறது
பனம்பழத்தின் காம்பருகே
மஞ்சள் ரேகை தங்கமாகும்
தருணம் அது
கரம்பைநிலம் மெத்தென புதையும் மிருதுவில்
கருப்பட்டிப் பாகு திரள
மஞ்சள் கிழங்கின் புதிய கணு
முண்டத் துவங்குகிறது
கட்டுப் பிரித்து புதுத்தழும்பை
வருடிப் பார்க்கும் சிறுமியாய்
இலை இலையாய் வருடிப் பார்க்கிறது மழை
முகம் மட்டும் தெரிய நெஞ்சில்

சாய்ந்து கொண்டு மழை பார்த்தபடி பருகும் இந்த
மதுரமிடாத தேநீர்
ஒரு கருப்பைச் சுவரை தோலாய் போர்த்திக் கொள்வது
பெருகி ரவிக்கை நனையும் அளவு
நிரம்பி இருந்ததைப் போல்
மனசால் ததும்பி நிற்கிறேன்
நீ போதுமானவன்

41. பால் மறக்கடிக்க விலக்கப்பட்ட சிசு

சூரியனின் ஈரல்த் திசுவால்
செய்த மேகம் உன் பார்வை
அறுத்த மரத்தில் ஒரு முதல் துளிரை
மலர்த்தப் பிரயத்தனப் படும் ஆணிவேர்
என் பிசினூறும் சொற்கள்
இடுகாட்டில் அலையும் நாய்
நம் ஊடற்பொழுதின் காதல்
மரப்பல்லிகளின்
வாலறுந்த கெவுளி
நண்டின் பிரசவ வெடிப்பு
வலசைப் பறவையின் கைவிடப்பட்ட கூட்டில் சிலந்தி
பெரியாரின் மூத்திரப்பை பயணம்
உனக்குப் புரிய வைக்கும் எத்தனம்
சாவு எளிது போல் தோன்றுகிறது
உன் சமாதானம் அடைந்த புன்னகை

42

உச்சிச் சுனை இடுக்கில்
இரு புதைகற்களிடையே கட்டியிருக்கும்
சிலந்திக் கூட்டின் நிழல் நீரில் விழும்
ஒளி மறைவில் மீன்கள் துள்ள
நீ அனுப்பி இருக்கும் காட்டுப்பூவுதிர்ந்து
வாசமூறிய நீர்முகம்
ஒரு கோடையின் நிலவெடிப்பை
சமன் செய்யப் போதுமானது

43

குழந்தைகளுக்கு தன் பழைய தாவணி
கிழிசல்கள் பொதித்து பனிக்கரடி பொம்மை
செய்பவள்
வைக்கோல் திணித்த கன்றுத் தோலுக்கு
தெரிந்தே சுரக்கும் மடி போல் இருக்கிறாள்
இன்மையை கோர்த்து தெய்வத்தின் மேல் எறியும்போது
தம் எடைக்கும் அதிகமான பாரம் சுமக்கும் எறும்புச்
சாரைகளின் சாயல் சொற்களுக்கும் வாய்த்துவிடுகிறது

44

சாவிலிருந்து காப்பாற்றிய ப்ரியத்திற்கும் போய் இன்னொரு
ஜென்மம் எடுத்துக் கொண்டிருக்க முடியாது
வாழ்ந்து தொலைகிறேன்
கூடவே மட்டும் இரு

45

பிரிவு நீளும்போது
ஒரு கற்றாழை முறிவில்
வளரும் பிசின்
திரள்கிறது
கிரகணப் போதில்
நிற்கும் உலக்கையின்
தவணை இரகசியம்
வெட்கம் வழிவிடும் தாபம்
மூங்கில் அடை காத்திருக்கும்
காற்றெல்லாம்
பெருமூச்சின் சூடு
மயிர்க்காலில் தேங்கும்
குளி திண்மத்தின் வாசனை
அதிகாலை மகரந்தச் சிமிழுடைப்பு
விழா சாட்டிய கிராமத்தின்
வெளியேற முடியாத
சடங்குச் சொல்
உன் திமிர்வு
பந்தயத்தில் இறந்தவனுக்கான
மூங்கில் குடுவைப் பால்
மூர்க்கம் தாழ்த்த
நிகழும் முத்தக் கணு வரிசை
சிவிகை சுமப்பவனின் தோள்வலியுடன் பண்பாடு
பைத்தியர்களின் உணவு வரிசை
புலன்களின் படிக்கட்டுச் சுவடுகள்
காற்றழுத்தம் நிகழும்
ஓங்குதிரை திசையழிவில் நானும் ஓர்
அவித்த தானியத்தின்
நிறமிழப்பாய் புலன்வழி ஒசிந்தேன்
பல்லுயிரே

46

நல்லூழ் பொதிந்து வைத்திருக்கும்
பொக்கிஷப் பெட்டி ஏழுமலை ஏழுகடல்
தாண்டி கடல்கன்னிகளின் அந்தப்புரத்தில்
அப்ரோடைட்டுகளின்
மரப்பாச்சியாய் இருக்கிறது
கேழ்வரகு பிசையும் விரல் லாவகத்தில்
மேகம் பிசையும் காற்று
கடல் புல்லரிக்க பெய்யும் துளிகளில்
மேலுயரக் கூடும்
இசையை அனிச்சையாய் நிகழ்த்தும்
ஒரு புன்சிரி காற்றில் பறவையின் பாதமாய்
நிகழ்த்த காத்திருக்கிறது
சகலமும்

47. ''அன்பின் நிறைமானி''

ஈசான மூலையிலிருந்து எங்கோ
பெய்யும் மழையை நகலெடுத்து
குழந்தைக்கு பவுடர் பூசும் பாவனையில்
உடலெங்கும்
ஒற்றியெடுக்கிறது காற்று
வாலாட்டிக்குருவி காற்றில்
நண்டூருது நரியூருது சொல்லும்
விரல்நகர்வாய்
ஒரு படுக்கைவச ஆங்கில
ஷி வரைந்துவிட்டு உட்காருகிறது
ஒரு பெருமழைக்குப் பிறகான
வனம் போல்
சில முற்றாக்கனிகள் உதிர்ந்திருக்க
மலர்கள் இதழ் நசிய
பறவைகள் கூட்டிலிருந்து சுள்ளிகள் நழுவ
கோட்டுவாய் ஒழுக
காற்றில் குழல் பிசிறு பறக்க
கழுத்தணி இரவு நதிமீது ஒளி
சோம்பல் முறிக்கும் ஒயிலில்
ஒசிந்திருக்க
சதா பிரக்ஞையிலிருக்கும் ஆடை
துவள
நீ உறங்கும் போது உன் கைவிரல்களின் மெல்லசைவில்
உறக்கம் கலைந்துவிடும் என்ற
மென்பதற்றத்திற்கு என்ன பெயர் வைப்பதென்று
தெரியவில்லை
யாரையும் போலில்லை

அன்பின் நிறைமானி
உன்னிடம் மட்டும்
ஒரு முத்தமாய் இருக்கிறது
அழுது வாங்கிய காண்டாமிருகத்தை பூக்கட்டும் நூலில்
பிணைத்து நீ நீரருந்தும்
கோப்பையின் கைப்பிடியில் பிணைத்து வைத்திருக்கிறாய்
கழுவ எடுத்தவள் சிறு புன்னகையுடன் மீண்டும்
எடுத்த இடத்திலேயே எடுத்த சாய் கோணத்திலேயே
மீள வைத்துப் போகிறாள்
பின்ஜன்னல் பிறையில் கூடு கட்டியிருக்கும் குருவிகளுக்கு
நீர் வைத்து அவை அருந்தும்போது சொல்லும்
க்குவ்வி பா... பா
போல் ஏதேனும் சொல்லி அழைத்தால்
உலகின் மொத்த நஞ்சையும்
ஒரு சேரக் குடித்தாலும் மறுகணமே
பிழைத்துவிடுவேன் என்றுத்
தோன்றும்
பார்த்ததும்
நீ மிக மகிழும் பஞ்சுருட்டான்
நீலவால் அசைத்தபடி
வாசல் முன் நாலுவரிநோட்டில்
எழுதப் பழகும் சொல்லாய்
நெளிந்து அமர்ந்து பாடுகிறது
பாதி உறக்கத்தில்
சிறுநீர்த்தாரைக்குப் பிறகான
உன் சிணுங்கல்தான் அது

48

ஒரு கனவின் ஆண்டுவளையத்தை உயிர்ப்பித்து ஒரு வட்ட
இசைக் கருவியாய் தந்தி வருடுகிறது
அன்பின் நற்கரம்
எளிய நம்பிக்கைகள்
தளிர்க்கும் நிலத்தில்
வசந்த காலப் பறவைகள்
தம் கூடு செய்யத் தேர்கிற
சங்கேதங்கள் சமீபித்திருக்கிறது
திசைகளின் தசைகளில்
பச்சைக் குத்த தேர்வு செய்து
வைத்திருக்கும் பெயர்
நமதுடையதாய் இருப்பதை
கட்டியம் சொல்கின்றன
நெய்தல் உயிரிகள்
தணிந்த வானத்தின் ஒளிச்சேர்க்கையில்
ஒரு நன்னீரூற்றை தொய்யில்
வரைய தயார் செய்கிறது
மீப்பெரும் கருணை

49

விழுங்கப்பட்ட உடலில் இருந்து
முறுக்கி நொறுக்கப்படும் முன்
கிழித்து வெளியேறும் இரையின்
திமிர்வு
ஒவ்வொருமுறையும்
பிடிவாதமாக பிரக்ஞைக்கு மீள்தல்
தொலிக்குள் இருந்து கொண்டே
எப்படி ஒருவிதை பிரிந்திருக்கிறது
உப்பளத்து மணல் மீது
உப்பு பிரிந்து நிற்பது
கடலின் தியானமெனத் தோன்றுகிறது
மேகங்களின் திரட்சியில்
தோன்றுவது ஞானமா
உன்
ஞாபகமா

50

ஹோலி அன்று ஒரு
வர்ண ஓவியத்தைப் பரிசளிப்பது
நல்ல உத்திதான்
உள்ளங்கை குவித்து வரைந்த கிருஷ்ணன்பாதத்தில்
மொய்க்கும்
எறும்புகள் போல
இருந்தது
இந்த நெடிய பிரிவுக்குப் பின்
பூஞ்சை பிடித்ததும் ரோமம் முளைத்த தோற்றம் வரும்
கனியாய்
மாறி இருக்கிறது என் முகம்
சிப்பிகளை றெக்கைகளாக்கி
நீ இட்ட கையெழுத்து
அப்படியேதான்
இருக்கிறது

51

காடே அதிரத் துளையிடும்
மரங்கொத்திக்கு
அதே மரத்தில்தான் கூடு
செத்த பிறகு தண்டிக்கவும்
மன்னிக்கவும்
தெய்வம் என்றிருக்கிறதோ இல்லையோ
அறியேன் என நினைத்துக் கொண்டிருக்கும் உன்
சகலதுரோகங்களுக்கும் அப்பால்
அறுத்த கிளையைப் புதைத்து
வைத்து நீரூற்றுபவனாய்
நேசம் வளர்த்துக் கொண்டிருக்கிறேன்
பவளமாலை கடலில் தொலைந்து
போனதற்காய் அழும் மகளிடம்
தகப்பன் சொன்ன பதில்
எளிதில் யூகிக்க கூடியதுதான்
என்பதால் இங்கு எழுதவில்லை

52

அதிகாலையில் ஆர்த்து
இரைதேடி பறக்கும்
முதற்குருவியின் அலகுக்கு
தப்ப ஊர்ந்து கொண்டிருக்கும் புழு நான்
வெயில் தாமதமாய் வரும் பருவத்தில்
இலைகளின் கீழ் இருட்டில்
சுருண்டுகொள்ள கருணை
மீதமுள்ள தாவரம் நீ
ஊர்ந்து தொடும் உன்னை
பறந்து தொடும் பகலுக்காய்
காத்திருக்கிறேன்
ரோமத்தையெல்லாம் சிறகாக்கும் வரை
வாழ முடிந்து விட்டால் போதும்

53

கடந்து போன புயல்
சாய்த்து விட்டுப் போன
கோவிலின் புனித மரத்தோடு
பிரார்த்தனைத் தொட்டில்களும்
வீழ்ந்தன
இற்றுக் கருமையேறி இருந்த
தொட்டிலொன்றில்
கூளங்களிடையே
மருதாணி வைத்து விட்ட விரல் சிவப்பில்
நான்கைந்து
அணில் குஞ்சுகள்
இப்படித்தான்
உனது அன்பின்
அனிச்சையான
துணைச் செயல்கள்

54

விடைபெறுவதற்கு முன்பான
அழுகை பெறும் சமாதான முத்தம்
கைக்குட்டையை அடம் பிடித்து
துணைக்கு வைத்துக் கொள்கிறது
ஊனமுள்ள நாய் பிரசவித்துக் கிடக்கையில் விருந்தினன்
மேல்
உறுமும் கோபம்
அவள் வரும் வரை
யாரையும் அண்ட விடுவதில்லை
எளிய பெருமிதங்கள்
இணக்கம் கூடிய வாழ்வின் உயவு
போதாமைகள் ஒரு சீவிய பென்சிலின்
எச்சங்கள்
காத்திருப்பில்
ஒவ்வொரு கரிந்த பகலையும்
தீதலைச் சூரியன் வீழ வெல்வதை
சாகசம் என்றே குறிக்கிறது
வளர்க்க எடுத்துப் போன
குட்டிக்கு சுண்டுவிரல் தொட்டு
பாலூட்டிக் கொண்டிருக்கிறான்
அன்பை தத்தெடுத்த தகப்பன்
தங்கத்தைப் பிரித்தெடுத்த மண்ணைப்
போல் வர்ணம் கொண்டு
விடிகிறது
இரவு

55.தனிமையின் சமன்குலைவு

தேளின் வயிறுபிளந்த பிரசவம்
மூளையில் முடியும்
நரம்புகளில் ஊர்கிற எரிந்த ஊர்களின் பெயர்கள்
நீருந்தின் சுவடுகளில் உடையும்
நுரைச் சிமிழ்கள் செய்யும் பருவமற்ற
காலத்தின் மேகம்
இத்தனிமையின் சமன்குலைவு
வருடாந்திரம் வணங்கப் பெறுபவரின்
விருப்ப உணவு படைத்த இலையை
கொத்தும் காகம்
இந்த ஞாபகம்
பழைய சிப்பாய் ஒருவரின் எண்கள்
எழுதிய இரும்புப் பெட்டியில் உறங்கும்
சாயம் போன உடுப்புகள்
மீதம் வைத்த மதுக்குப்பி
கொஞ்சம் கடிதங்கள்
அந்த வீட்டை அதனோடே விற்றிருந்தார்கள்
மீண்டும் ஒரு காதலுக்கு பூட்டப்பட்ட
ஓர் இருதய அறையுடன் ஒப்புவித்த
உடலாக

56

ஒரு கனவின் ஆண்டுவளையத்தை உயிர்ப்பித்து ஒரு வட்ட
இசைக் கருவியாய் தந்தி வருடுகிறது
அன்பின் நற்கரம்
எளிய நம்பிக்கைகள்
தளிர்க்கும் நிலத்தில்
வசந்த காலப் பறவைகள்
தம் கூடு செய்யத் தேர்கிற
சங்கேதங்கள் சமீபித்திருக்கிறது
திசைகளின் தசைகளில்
பச்சைக் குத்த தேர்வு செய்து
வைத்திருக்கும் பெயர்
நமதுடையதாய் இருப்பதை
கட்டியம் சொல்கின்றன
நெய்தல் உயிரிகள்
தணிந்த வானத்தின் ஒளிச்சேர்க்கையில்
ஒரு நன்னீரூற்றை தொய்யில்
வரைய தயார் செய்கிறது
மீப்பெரும் கருணை

57

பறவைகள் குலவையிடும் அந்தி கிளைச் சலங்கை உன் மௌனம்
இரவு வந்துவிட்டால் சிமிழ்தோறும் உறங்க மடிதேடும் சூரியன் உனது ஞாபகம்
ஜாமத்து மழையின் நிற ரகசியம் உன் வெட்கம்
அதன் சப்த சங்கேதம் உன் காமம்
கோடி நட்சத்திரங்களின் தூரம் தூர்ந்த சமவெளிக் காட்சிப்பிழை
உந்தன் செல்லக் கோபம்
சீம்பால் பீய்ச்சினால் கதிர்முற்றும்
வயலென்று நம்பும் எளிய நிலத்தவன் மேல் பெய்யும்
ஆலங்கட்டி மேகம் உன் தளராத நம்பிக்கை...
சொல்லும் இடமெல்லாம்
சுரக்கும் இத்திணைப் பரப்பு
தன் பருவத்தை தகப்பனுக்கு
ஈந்தவனைப் போல் உவந்து ஈந்து
ஆயுள் ரேகையை பதியனிடப்
புளகித்திருப்பதை புரிந்துணர்
கீழ்வானின் முதல் முத்தம் எப்போதும்
கரிய பட்சிகளுக்கானது
வராத நாளும் நிலவே சாட்சி

58. வாசித்து தீரா பட்டியல்

புங்கை இலைகளின் பரு படர்ந்த
கன்னத்தை எறும்புகள் உணரிகளால் வாசிப்பதை
பார்த்திருந்தபோது
கூண்டிலிருந்து தப்பித்த கிளி
சிறகுதறி கால்களால் மூக்கு நீவியபடி பறக்கும் முன்
வானம் வாசித்ததை
வண்டிக் குதிரைக்கு புல்லை
பையில் கட்டி முகத்தில் தொங்க விட்டிருக்கையில்
கண்மறைப்பு நீங்கி அதன் வெற்றுக் கண்
பூமி வாசிப்பதை
பம்பரத்தை புதைத்து எடுத்தாற்போல் வளை குடைந்து
வைத்திருக்கும் பிள்ளைப் பூச்சி
வீட்டில் எதேச்சையாய் அமரும்
தட்டான் பாரத்திற்கு சறுக்கும்
மண் வளையத்தின் ஆரங்களை
கலவியின் ஏதோ ஒரு
மெது தீண்டலுக்கு இமை சொருகுபவனாய்
வரப்பு கடப்பவளின் கொலுசு வருடலுக்கு காற்றைக் கவ்வும்
தொட்டால் சிணுங்கி இலைகள்
தொட்டி மீன்கள் இடக்கண்ணால் தனியாக வலக்கண்ணால்
தனியாக வாசிக்கும்
குழந்தையின் சுவர் கிறுக்கல்கள்
விடுமுறை நாளில்
தாமதமான விழிப்பில்
இன்னொருவர் போட்டுத்தர
குடிக்கும் காபிக்கு

தாய்வீடு
நினைப்புக்கு போய்வரும்
பெண்ணின் கண்களை வாசிப்பதை
சாம்பல் கலயத்தை சுமந்து
பேருந்தில் போகும் மொட்டையிட்ட நண்பனிடம்
விசாரிக்க அஞ்சும் கண்கள்
காலி செய்து போய்விட்ட ஆட்டுக் கிடையின் பச்சை
வட்டங்களில்
மேயும் மைனாக்கள் பேசும்
பறவைகளின் பொது மொழியை பனிக்காலத்து
கரிச்சான் கல்காலில் அமர்ந்து
கேட்பதை
பார்த்தும் கேட்டும் தீராததாய்
கழிந்திற்று இன்னுமொரு ஆயுளின் விள்ளலும்

59

இலைகளில் மஞ்சள் படர்ந்து
கொண்டிருக்கும் மரம்
அந்தியொளியில் கொள்ளும்
வசீகரம் இவ்வுறவின்
பாசாங்குகள் உதிரும்
இப்பருவம்
கலங்கரை விளக்கம்
தன் புன்னகையால் நீரில்
ஆணையிட்டுக் கொண்டிருக்கிறது
ஒரு கோதலில் கடக்கும்
துயரின் நிறப்பிரிகையில்
துலங்கும் பேரமைதி
கடல்பிராணியின் கர்ப்ப அசைவு
உண்ண மறுக்கும் மகவிற்கு
சங்கில் பிழிந்து
ஊட்டுகிறவளாய்
சாலப் பரிந்தாய்
இரைக்கான பாதை
எப்போதும் வட்டமாயிருக்கும்
பெருங்கழுகின் நகங்கள்
தவறவிட்ட காட்டுப்பன்றிக்குட்டி
விழுந்த நதியில்
மீன்கள் முத்தமிட்டு சொல்லும் வாக்குதத்தம்
கருணையோ
ஒளியாய் இருக்கிறது

என் கடிகாரமுள்ளை
காம்பஸில் இடம் மாற்றி
வைத்தது நிலவின் எந்த
கிரணம்
அன்பின் வெப்பச்சலனக் காலங்களில்
அனிச்சையாய் தேடும் நீர்மையின் கலன்
பெரிதும் மரித்தவர்களுடையதாய் இருந்து விடுகிறது
தம் சாயல்களை யாரிடமேனும்
விட்டுச் செல்லும் அவர்கள்
மெல்ல மறதிக்குள்ளிருந்து உயிர்க்கும்
சாகசப் பிராணிகள்
இவ்வுலகு தோன்றிய நாளில்
இருந்து சாயல்களைத் தேடிக் கொண்டே
இருக்கும் அந்த கடைசி சோடிக்கண்கள்
காணப் போகும் இறுதி முகம்
யாருடையதாய் இருக்கும்

60

எங்கிருந்தோ கசிந்து வருகிறது
கஞ்சாப் புகை
கழிமுனைப் பறவைகள்
காற்றுடன் ஆடும் நடனம்
அன்பின் பதட்டத்தில்
ஆடைகளை திருத்தியபடி
அடவுகளால் பேசும் உடல்மொழி
அதிகாலையில் கனத்து
மீளும் படகுகளின்
சித்திரம்
இரவு செய்த நகக்குறி
பனிக்காலத்தில் தவறிப் பெய்த
இரவுமழையை யாழ் தந்தி போல் இசைத்த காற்று
உன் ஜன்னல்
திரைச்சீலைகளைத் தொற்றியபடி இக்கரைகளில்
அலையும் மீன்களின்
ஆவிக் கண்களால்
ஒற்று பார்த்திருக்க வேண்டும்
கருக்கலின் மெல்லொளியில்
துலங்கும் கிளிஞ்சல்கள்
உறங்கும் யானைக்கன்றின்
நகங்கள்
ஞாபகத்தின் நெஞ்சில்
பற்தடம்
ஊடல் விலகுகிறதாய்
மெல்ல மெல்ல தம் நிறங்களுக்கு
மீள்கின்றன சகலமும்

61.வான்பார்த்த கூதிர்காலத்துக் கூடுகள்

பனித்திரை விலகாத இக்கூதிர் காலத்து மலரும்
பரிச்சயமற்ற காட்டு மலரின் வாசனை
ஆம்
அப்படித்தான் படிந்திருக்கிறது
சன்னதம் சொல்லி முடித்தவனின்
இயல்பு மீளும் குரலில்
நீ பகிர்ந்த ஆறுதல்
தனிச்சிறையில் கசியும்
ஒளிக் கற்றையில்
வாள்பயிலும் கரம்
உனது பார்வைகளுக்கு வாய்த்திருந்தது
பெருவெள்ளம் ததும்ப
வைத்த ஊருணியில்
நீர்த்தாவரத்தின் மென்வேர்கள்
கழன்ற அக்கணம் துல்லியமற்றிருகிறது
பாலூட்டிய மார்புக்காம்பை
நினைவில் திரட்ட முடியாததின்
கூரற்றிருப்பதில் மிகைகுறை ஏதுமில்லை என்கிறது
அந்துப்பூச்சியின் சமாதானம்
முதல் வானவில் பார்த்தவன்
வரைந்து வைத்த ஒரு பாறை ஓவியம்
ஒரு தோல்வியுற்ற ஆய்வின் சமன்பாடு
பனிகுடத்து நீரை நக்கித் துடைக்கும் கணத்திற்கு முந்தைய
கன்றுக்குட்டியின் நெற்றிச்சுழி
தாய் கடலாடப் போயிருக்கும்
கணத்தில் வெயில் பிரசவம்
பார்த்த
ஆமை முட்டைகளில் இருந்து
மெல்லப் பதியத்
துவங்குகின்றன
சமுத்திரம் பார்த்துச் சின்னச் சின்ன காற்சுவடுகள்
என் புலன்களுக்கு எப்படியோ
தெரிந்திருக்கிறது
தொப்புள் கொடியின் வாசனை

62

காற்றின் குழல்
கோதுவதாய் தையல் ஊசி
மறையும் கண இடைவெளிகளோடு பெய்கிறது மழை
ஒரு 'ம்' க்கும் இன்னொரு
'ம்ம்' க்கும் உள்ள சுவாச தூரம் என்றும்
சொல்லலாம்
கொடிக்காய்ப் புளி மரத்தூர் சுற்றி
குடி கொண்டிருக்கும்
செவ்வெறும்புகளின் குழி நிரம்புகையில்
மயிர்க்கூச்செரிந்து
நடுங்குபவள் தாளாமல் இமை மூடுவதாய் குமிழ்ந்து
கொண்டே இருக்கிறது நிலம்
பின்னிரவின் கடைசிச் சொல்லுக்கும்
அதிகாலையின் முதல்சொல்லுக்கும்
இடையில் கடலின்
அலைத்தாள்களை இதுவரை ஆகாயம் புரட்டிய
நூற்றாண்டு வரலாற்றை ஒளிவேகத்தில் கடந்ததை
how was your night ?
என்ற கேள்வியில் ஒளித்து emoticon-களில்
கடக்கிறது நாகரிகத்தின் நளின பாவனை
நீர்ப்பறவைகள் ஈரவாசனைக்கு
வயல் கடந்து முற்றத்து மரங்களின்
புதிய கிளைகளில் அமர்ந்து
நலம் விசாரிக்கின்றன

கோடைமழையின் கைக்கிளைக்கும்
கூதிர்பருவத்தின் கைக்கிளைக்கும்
மழையும் பூமியும் வெவ்வேறு
சப்தங்களை வைத்திருக்கின்றன
மழைக்காற்றில்
உதிர்ந்த புழங்காத கூட்டின் துயரச்சுள்ளிகளை
எரித்து அணுகாது விலகாது
தீக்காய்கிற உன் ஊரில்
நீரோட்டம் ஆய்கிறவனின்
கரத்துத்தென்னை
அவன் நிற்குமிடமெல்லாம்
நில்லாமல் சுழல்வதாக

63

எனக்கு இது போதும்
இன்றே விடைபெறுவேன்
இவ்வளவு வெளிச்சம் கூசுகிறது
வெளிச்சம் கூடக் கூட
உன் நிர்வாணம் நீ கொண்டாடிய குறி தீய்ந்த திரி
ஆவதை உணரவில்லையா
கருவறையின் இருளே நிரந்தரம்
சொல்லின் எந்த வயதை நீ கொண்டாடுவாய்
அதன் சுரோணிதமும் விந்தி விந்தி
நகரும் விந்தும் எந்த நூற்பதிற்றாண்டின் பிரதிகள்
நீ சொக்கி நகரும் உயிர்ப்பின்
ஏதோ ஒரு கணத்தின் பிரதிமை
ஈர்ப்பின் பெரிதுவக்கம்
வேறு பல உடல்களின் வழி சேகரித்த ப்ரக்ஞை
உச்சங்களின் கூடிப் பகுத்த உணர்வின் ஈவுகளாய் பாதரசம்
சேர்த்த ஓயாப் பெரும் நகல்களின் பிம்பம்
நட்சத்திரங்களின் பரணி
ஒரு கருக் கொணர்ந்து குவலயத்தின்
பாரம் பெருக்குவதல்ல
அலைச் சிணுங்கும் அணுக்கக்
கூன் பெருங் குறுக்கத்தில் முதுகத்தண்டின் வாலாய்
முளைக்கும் அது
(தனிப்பாடல் எழுதிய புலவர்களுக்கு)

64

பனிக்காலத்தில் தவறிப்
பெய்த
இரவுமழையை யாழ் தந்தி
போல்
இசைத்த காற்று
உன் ஜன்னல்
திரைச்சீலைகளைத்
தொற்றியபடி
இக்கரைகளில்
அலையும் மீன்களின்
ஆவிக் கண்களால்
ஒற்று பார்த்திருக்க
வேண்டும்

65

ஒரு சிலுவைக்குரிய மரமாக
அந்த தாவரம் தேர்ந்தெடுக்கப்படுவதற்கு முன்
அதற்கு
பட்சிகளின் எச்சம் சுக்கிலமாகவே
இருந்தது
வர்ணம் பூசுவதற்கு முன்
பாசிபடர்ந்த பட்டைகளில் கொத்திகளின் அலகுக்கு தப்பிய
புழுக்கள் இருந்தன
கருப்பும் வெளுப்புமாய் அணிந்தவள்
கல்லறை மேல் வண்ணமும்
வாசமுமாய் மெழுகுவர்த்திகள்
தீயிட்டுக் கொண்டு தளபதியின்
கூடாரத்தில் மீது விழுந்தவளுக்கு
எழுப்பிய பள்ளிப்படையில்
நூற்றாண்டு தப்பினாலும்
ஏதோ விரல் திரிகிள்ளி ஏற்றத் தவறுவதில்லை நிவந்த செஞ்சுடர்
சொற்களுக்குள்
எலும்புகளை ஆயுதமாய் வார்க்கவும்
செங்கோலுக்கு பிடியாக்க மண்டையோடுகள் தயாரிக்கவும்
உடல்களை பத்திரப்படுத்தும் தைலச் சாரங்கள் பிலிற்றவும்
முடிகிறதுஅந்த மரத்தின் மகரந்தங்களை காலம்
எங்கே பத்திரப்படுத்தி இருக்கும்

66

கமலையில் மிதந்து மிதந்து
மேலெழும் கன்றின் கண்களை
மீன்கள் தின்று விட்டன
எளிய அன்பை பிரார்த்தித்த விரல்களின்
இலையுதிர்காலத்திற்கு
பக்கத்தில் சூறைக் கோடையை
இடம் மாற்றிவர் யார்
கடைசி தங்கத்தையும் விதைத்து விட்டு வழக்கில் நீதியின்
வானத்தை அண்ணாந்திருப்பது
ஒரு சூதாட்ட விடுதியில் டோக்கனை முத்தமிட்டு
காத்திருப்பது
கழுதைகள் கொண்டு உழுது
எள் விதைத்துவிட்டுப் போயிருக்கும் இவ்வானத்தின் கீழ்
உன் நினைவு காயமடைந்த
கரம் தானமளித்த ரொட்டி
அதில் அவனது உதிரம் ஊறிப்
போயிருக்கிறது
அதன் கவிச்சை ருசியையும்
சேர்த்தே புசிக்கச் சொல்கிறது
பசி
நீ அறுத்திருப்பது
நங்கூரச் சங்கிலி மட்டும்தான்
சுக்கானோ
நான் வேட்டைக்கு பழக்கிய ஓநாய்
உன் திசைகள் பத்திரம்

67

கீரைப் பாத்திகளிடையே
ஒளிந்திருக்கும் சாம்பல் நிறமுயலின்
கண்களை
ஒரு மூன்றாம் பிறை இரவில் பார்ப்பது
தட்டாங்கல் ஆட்டத்தில்
தொலைந்த கூழாங்கல்லுக்கு
ஆற்றங்கரையில்
இணைக்கல் தேடும்போது
ஒற்றைக் கொலுசு கிடைப்பது
புத்தகம் நடுவே
காய்ந்து போன பூவிலிருந்து
என்றோ திறக்கும்போது
வரும் சாம்பிராணிக் கல் வாசம்
காடாறு மாதத்திற்கு முந்தைய
இரவை புணர்ச்சிக்குப் பின் கழிப்பது
காட்சிசாலை பாம்புகளுக்கு தீனி பகிர்வது
பழக்கிய யானையின்
பின்னங்கால் சங்கிலி
அவிழ்ந்த பின்னும்
அதை ஞாபகத்தால் சுமப்பது
உள்வாங்கியதொரு கடலில்
பறவைகள் தங்கள் தூரங்களை
நத்தைக் கூடுகளைக் கடந்தபடி
அதிகரிப்பது
ஒரு நீண்ட ரயில் பயணத்தில்
சூல் கொண்ட வயிற்றை
தடவிக் கொடுப்பது
உன்னுடன் பேசிக் கொண்டிருப்பது
அல்லது பியானோவுக்குள்
ஒரு சிலந்தி கூடு கட்டுவது

68.ஞாயிறு மாலையின் சாவகாசமற்ற தேநீர்

ஒரு நத்தையின் சுவாசமாய்
நிதானத் தென்றல் கைவீசிக்
கடக்கும் சாலையின் மருங்குகள்
சுமைதாங்கிக் கல்லில்
ஞாபக பாரமாய்
ஆடைதாண்டி உணரும்
அந்திச் சூடு
இன்னுமொரு
பேருந்தை கடக்கவிட்டு ஒத்தி வைக்கும் பயணம்
கடைசி நிறுத்தத்திற்கு
வந்து சேரும் புகைவண்டியின்
தளர்நடை சப்தம்
ஒரு மிடறுக்கும் மற்றொன்றுக்குமான இடைவெளியில்
துடிக்கும் நாடி
நோயுற்ற ஆட்டுக்குட்டியை
ஆஸ்பத்திரியிலிருந்து
சிகிச்சைக்குப் பின் சுமந்து
போகிற இடையனின் முகத்துடன்
மங்கிய முகப்பு விளக்கோடு
வந்தே விட்டது பேருந்து
டவுண்பஸ்ஸின் ஜன்னல்கம்பிகளுக்கிடையே
செவ்வக விழிக்குள் அடைகிறது
சூரியன்
கோகுல் சாண்டல் மணக்கும்
கைக்குட்டைகளில் படியும்

ரகசியக் கண்ணீரின் உப்பைத்
தொட்டு எழுதினால் அதுவே சிறந்த காவியம்
பேச முடியுமென்றாலும்
ஐந்தாவது நிமிடம்
மனசுக்குள் எழுதப்படும்
இன்லாண்ட் லெட்டரின் முதல் வரிக்கு இரையற்று கூடு
திரும்பிய பறவையின் சிறகு கனம்
மறுநாள்
புழக்கடை துவைக் கல்லில்
பண்டிகைநாள் புத்தாடையின்
மஞ்சள்முனைக் காலர்
நெஞ்சில் சாய்ந்தபோது
ஒட்டிய குங்குமக் கரை பிரிக்கும்
கடைவாய் புன்னகை

69

நாளை வழக்கம் போல் சூரியன்
உதிக்கும்
மிளகுக் கொடி மீது பனிவெய்யில் ஒளியை வடிகட்டிப்
படர்த்துவதாய்
மென்சொற்கள் நளினத் தொனி எடுக்கின்றன
அந்திவானத்தில் புரண்டெழுந்த
பச்சோந்தியுடனான 'செல்பி'யைப்
போலிருக்கிறது சிணுங்கும் இணையை சப்திக்காதேவென
புலனடக்கி
புன்னகையை எதிர்கொள்வது
மின்னூட்டம் ஏறிய உலோகமாகின்றது
எலும்புகள்
காற்றில் விதைகளை பறக்கவிடும்
தாவரமாகிறது உடல்
சமணர்களின் பீலியால் தூய்மை ப்பபட்ட பாதைகளில்
படரும் நிலவொளி
இவள் கடத்தும் நன்னம்பிக்கை
தேய்ந்த லாடத்தைப் பெயர்த்தெறிகிற
வலி தாங்கும் காலத்தைக் கடந்து விட்டால் போதும்
எல்லாம் நலம் மீளும்

70

சீந்தில்கொடி படர்ந்த பெருமரத்தண்டு
இரண்டு இலைச்சுற்றுகளிடையே ஒரு
கருப்பு வண்ணத்துப் பூச்சி
மரம் இமைக்கிறது
மயிர்க் கூச்சத்தின் போது
மச்சத்தை உற்றுப் பார்த்தல்
இன்னும் கூசுகிறது

புணரும் சிறுத்தையின்
கரும்புள்ளிகள் ஒரே ஒரு கணம்
உஷ்ணத்தில் நட்சத்திரங்களாய்
திறந்து மூடுவதை தொடைகளில் ட்ராகன் டாட்டூ
குத்தும் போது அவள் விவரித்தாள்

சீம்பாலில் வெல்லமிட்டு
நிரம்பிய தொண்ணையிலிருந்து
சொட்டி நிற்கும் ஒரு துளி
பருகப் பருக பெருகுவது நற்செயல்

சண்டைச் சேவலில் கொண்டைநிறத்திற்கு நாவு மாறும்
வரை முத்தமிட்டபின் எதுவுமே
நடவாதது போல்
கண்களைச் சந்திக்காமல்
சுவர்களிடம் விடைபெறும் சொல்லுதிர்த்து போவது திமிரின்
துர்குணம்

குயவன் ஓய்வுநாளில் வனைந்த
பாண்டத்தின் மினுப்பு கூடிய
கன்னத்தில் குருத்து கூடி நுனி கனிந்திருக்கிறது வேட்கை
கார்த்திகைக்கு மறுநாள்
திரிகளேந்தி நிற்கும் அகல் முளைத்த வாயில்களாய்
மழைநாளில் சக்கர நாற்காலிக்காரி யொருத்திக்கு குடை

பிடித்துப் போகும் கரத்தின்
ஆயுள் ரேகை நீள்கிறது

ரப்பர் மரத்தின் அறுந்த
பாதைகளில் பெய்யும் மழை
தேங்குகிற பள்ளம்
நாளடங்குகையில் செவிலியின் உள்ளங்கையில்
ஏந்தப்பெறும் கருணையின்
திவலை

பருவகாலங்களுக்கான
வேட்கையைப் போலவே
எல்லாக் காலங்களுக்குமான
மூலிகைகளை வளர்க்கிறது
இந்த வனாந்தரம்

ஏலங்கிழங்குகளுக்கு
தம் இரவெல்லாம் முண்டுகிற
காட்டுப்பன்றிகளின் மூர்க்கமுள்ள இம்மழை
மறிகளுக்கான மடியையும்
சேர்த்து நனைக்கிறது

நீலநிறமுட்டைகளை
மெல்ல கரியஆகாசத்திற்கு
மறைக்க சிறகு விரிக்கிறது
அந்த பறவை

71

மரபணுக்களின்
ஞாபகத்தை விட கூடுதலான
ஆயுள் நிழல்களின் நீடு மௌனத்திற்கு
உடல் என்பது வெறும் சிமிழ்
ஒரு மலைச்சுனையின் வேர்கள்
தீண்டும் நீரோட்டம்
உன் முதல் முத்தம் கடந்து வந்த வெட்கத்தின் ரகசியதூரம்
நீரில் தற்புணர்ந்தவன் மகள்
முதல் கடற்கன்னி
அல்லது விடாயின் முதல் உதிரத்தை
நதிக்குப் பருகக் கொடுத்தவள் சமுத்திர ராஜனைப்
பிறப்பித்தாள்
நீரின் முதல் நிழல் கரையில் சினைத்த
தன் முதல் மகவின் மீது வீழ்ந்த போது
நிலா சிலிர்த்தது
வாடகைக் கரு வளரும் குடுவைகளின்
நிழல் குறித்துச் சொல்ல இதிகாச காலத்தின்
தூர அவகாசம் வேண்டியிருக்கிறது மடியில்
கருவறை செய்து தாயாகும் உலகின் விருத்தி பீடத்திற்கு
அன்பு என்ற சொல்லுக்கு
அருகமர் ஒலியமைவுடன்
என்பு எனும் சொல்லை
கற்பனித்தவன் எவன்
கருவறையொத்து நிழல்களை
ஒளியின் தழல்களுக்குள்

பிணைக்கும் காலத்தின் பிம்பச்
சதுரங்கத்தில் உணர்வுகளின்
பேரரசி காதல்
உனது சீம்பாலின் முதல் துளி
இன்னும் அவியாத பூமியின்
மையப் பிழம்பின் அரூப நீட்சி
ஈரமுள்ள பாகமருகெல்லாம்
ரோமம் மீதமுள்ள விலங்கு நான்
என்னில் உயர்ந்த பிறவியுன்
தாள் ஒடுங்குகிறேன்
இரவு தன் மேல் விழும் பூமியின் நிழல் என்பது
சற்றே பலகீனமான
கற்பனை
போலவே உறங்குதல் இன்மையின் ஒத்திகை
அணைதல் பிணைப்பின்
பௌதீக பிம்பப் பயிற்சி
நிழல்களை நீட்டுவிக்கும்
இக்காதல் இக்கோளத்தின் இறுதியும்
முதலுமான சுடர்
சூரியன் சாட்சி

72

சாதகப் புள்ளின் மேல் அலகு நீ
கீழ் அலகு நான்
அருந்தும் வவ்வாலின் நாக்கு மட்டும்
ஃபீனிக்ஸுடையது
பிரசவித்த வயிற்றின்
வெற்றிடமாய் நள்ளெண்
யாமம்
தூர உறங்குகிறது பிறை
மயிர்கூச்செரிந்திருக்கும் வயலில்
நதியின் நெளிமூச்சு
வரப்பு கடக்கிறது சர்ப்பம்

73

தோல்வி எனக்குப் பிடித்திருக்கிறது
கனவின் இடைநிலை
காற்று ஒரு முள்ளைக் கடத்தல்
அழுகை மட்டும்தான் போலியானதில்லை
புன்னகையை உற்பத்திக்க முடியும்
உன்னைத் தழுவிக் கொள்ளத்
தோன்றுகிறது
உன்னுடன் மட்டும் பகிரத் தோன்றும்
இக்கனவின் நீள அகலம்
குறித்து எனக்கு அறிவில்லை
முட்டாள்த்தனம் எனக்கு
மரணம் வரை கூட வரும்
அது தீரும் நாளில் எனக்கு
வாழ்வின் சுவாரஸ்யம் தீர்ந்து விடும்
உன்னை விரும்புகிறேன்
இந்த வாழ்வைக் கடக்க எனக்கு
இது போதும்
அது சகல திராணியையும்
வழங்கி விடும்
ஒரு நாற்றாங்காலின் களிமண்ணாய்
இருந்து செத்து விடுவது போதாதா

74

லெமன் கிராஸ் மெழுகுவர்த்தி வாசனை
புறாக் கூடுகளில் இருந்து வரும் கலவிச்சத்தம்
கரைமீளும் மீன்பிடிப் படகின் முகப்பொளி
நீ ஊடல் முறித்து புரண்டு படுக்கிறாய்

75

இது முன்பே வந்த மாலைதான்
மீண்டும் ஒருமுறை ஒத்திகைக்கு வந்திருக்கிறது சூரியன்
சரி இப்போதாவது சொல்
நீ வர வேண்டிய அந்திக்கு
இன்னும் எவ்வளவு தூரம்

76

ஐந்தாவது சுவர்
நம்மிடையே எழுந்து நிற்கும்
ஐந்தாவது சுவர்
நட்சத்திர தூசிகளால்
திரட்டப்பட்டிருக்கிறது
எதிர்காற்றில் இமைமூடும்
குழந்தையின் அச்சமளவு அச்சம்
படர்ந்து

விழிப்பதற்கு முன் கனவிலிருந்து வெளியேறிய
நீ இரவுவிளக்கு நிழலில் விட்டுச் சென்றிருக்கும் குறிப்பில்
ஆயிரம் பாம்புகள்
புணர்ந்தூடி புறமேகிய தடங்களோடு மென்காற்றுக்கு
செம்புழுதி மூச்சுவிட்டு கிடக்கிறது
உலர்ந்த உதடுகளுடன்
உழுத நிலம்

கதவளவு வளர்ந்த வெற்றுச் சட்டகம் இவ்வுடலின் நாட்கள்
என்றோ சூரியனின் கீற்று பொசியும்
நாளுக்காய் திசைத்திருந்தன
பிறகொரு கடல் சப்தத்தில்
சனிவிருந்து முடிந்து நம் பொதுச் சகாவின் அறையிலேயே
உறங்கி
உன் கோப்பைத் தேநீரில்

விழித்த கணம்
ஒரு கணம் நம்முடையதாய்
மாற்றிற்று இவ்வுலகை
பிறகும் முன்னும் முளைத்து

பாகல் இலையின் பழுத்த மஞ்சள்
மேல் உருளும் பனித்துளி
மறதிக்குள் நுழையவே இயலாத அளவு பால்யத்தோடு
இருக்கிறது
அவசர முத்தமாய்
முழுவதும் கனியாத அடர்ந்த தோல் கொண்ட கனி
புதையுண்ட பாண்டத்தில்
முழுமையுறுவதை
மேகங்களில் பழுக்கும் நிலவு
நீரில் ஒளி குறைத்தபடி சொல்வது கேட்கிறதா

உள்ளங்கையை தின்னக்
கொடுத்து விட்டு
ரேகைகள் மீதம் வைத்திருக்கின்றன
இலைகள்

77

பறவைகள் குலவையிடும் அந்தி கிளைச் சலங்கை உன் மௌனம்
இரவு வந்துவிட்டால் சிமிழ்தோறும் உறங்க மடிதேடும்
சூரியன் உனது ஞாபகம்
ஜாமத்து மழையின் நிற ரகசியம் உன் வெட்கம்
அதன் சப்த சங்கேதம் உன் காமம்
கோடி நட்சத்திரங்களின் தூரம் தூர்ந்த சமவெளிக்
காட்சிப்பிழை
உந்தன் செல்லக் கோபம்
சீம்பால் பீய்ச்சினால் கதிர்முற்றும்
வயலென்று நம்பும் எளிய நிலத்தவன் மேல் பெய்யும்
ஆலங்கட்டி மேகம் உன் தளராத நம்பிக்கை...
சம்பவிப்பவளே !
சொல்லும் இடமெல்லாம்
சுரக்கும் இத்திணை பரப்பு
தன் பருவத்தை தகப்பனுக்கு
ஈந்தவனைப் போல் உவந்து ஈந்து
ஆயுள் ரேகையை பதியனிடப்
புளகித்திருப்பதை புரிந்துணர்
கீழ்வானின் முதல் முத்தம் எப்போதும்
கரிய பட்சிகளுக்கானது
வராத நாளும் நிலவே சாட்சி

78

ஞாயிறு மாலைத் தேநீர்
சாவகாசத் தென்றல் துப்பட்டா நூலை
மட்டும் கொஞ்சி விட்டுப் போகிறது
எங்கிருந்தோ கேட்கும் ராமனின் மோகனம்
டைப்ரைட்டரின் பக்கமுடிவு எச்சரிக்கைமணியளவு ஒரு
ட்ரிங்
சைக்கிள் பூக்காரர்
நாளைக்கு ஸ்கூல் லீவு என்று அடம்பிடிக்கும் குழந்தை
விடைபெறும் விருந்தாளிகள்
சட்டென்று குடிகாரர்கள் அற்றுப் போன நகரத்தின் தூய
வீதிகள்
புங்கை மர இலைகளை கூட்டி எரிக்கும்
அந்திநேரப் புகை
ஒரு கோடையின் நாளிறுதி
எதேச்சையாய் கண்டு காலண்டரில் குறித்து
வைத்திருந்த ஒரு மரணத்தின் நினைவு நாளை வேகமாக
கிழித்தேன்
இந்த விடுமுறை நாள் அதன்
மந்தமான மௌனத்துடன் முடிவதில்
யாதொரு நட்டமும் இல்லை

79

பாடம் செய்யப்பட்ட புள்ளி மான்தோல்
புழுதிநிலத்தில் அவசரமாய்
தற்புணர்ந்து போயிருக்கும்
மேக வாடை
பெருவலையில் இருந்து சிறுவலைக்கு சல்லிக்கப்படும்
மீன்களின் துள்ளல்
உன் ஞாபக தேம்புதல்
மூளைக்குள் முலைகளை வளர்த்தல்
வயல் மீதெழும்பிய வீட்டில்
மாடித்தோட்டம்
சமண நீர்க்குழிகளில்
படரும் பாசிபச்சை
இப்பசலை
சிதையில் வைக்கப்பட்ட
உடலின் கீழிருக்கும்
ஆமணக்கு விதைகளின்
ரேகைகள்
ஒரு பருவகாலத்து
வானத்தின் சிதிலமடைந்த வரைபடம்
போற்றி வளர்த்த கர்வத்தின்
கீழ் உப்பு படர்த்தி இருக்கிறது
காலம்
விடைபெறும் நாளுக்கு
முன் இரவேனும்
விலக்கு நின்று போக

பிரார்த்திப்பவளாய்
காலத்தின் முன் மண்டியிட்டு
நிற்கும் காத்திருப்பு
தேர்ச்சக்கரத்தின் கீழ்
உறங்கும் நாய்
ஒரு சூரியன் எரித்த இருளில்
மௌனித்திருக்கும்
கிரகங்களிடையே
மெல்ல பரவுகிறது பிறிதோர்
கதிரலை

80

ஒரு திமிங்கலத்தின் மரபணு
பொதித்திருக்கும் ஞாபகத்தை
எழுதிப் பார்க்க விழைகிறது இவ்விரவு

கிளையுயரம் பெருகிய வெள்ளத்தின்
அதிர்கணத்தில்
ஒரு கூடு மிதக்கிறது
பிறகு சுள்ளி சுள்ளியாக
நழுவத் துவங்குகிறது

பனிக்குகைக்குள் ஏந்தி நடக்கிற
தீப்பந்தம்
ஒளியேற்றும் சுவர்கள்
பேசப் பேசப் பெருகும் சொற்கள்
குகைச் சுவர் உருகுகிறது

வலசைப் பறவைகளின்
நீண்ட யாத்திரையில்
பருகத்தாழும்போது எதிர்படும்
ஒரு
வெந்நீர் நதி

ஏதோ ஒருநாள் கங்காரு
தன் மடியை பாரக்குறைப்பு
செய்தாக வேண்டி இருக்கிறது

காற்றோ தாழ் மண்டலங்களுக்கு
ஈமப் பாண்டத்தின் மூன்றாம் துளை
ஒருபுறம் பார்வையற்ற பறவை
தவறவிடும் தானியச் சரத்தைப் போல்
சொட்டி நிற்கிறது

எடைக்குறைவான குழந்தையின்
பாரமும் ஒரு வாய்மூடிய கலயத்தின்
பாரமும் சமன்குலைவுக்குரியன

நாங்கள் எரிகாட்டில் விளைந்த
படர்கனிகளை புசித்து வெளியேறினோம்

81

அண்ணாந்து ஆகாயம் குடிக்கும் மலையின் தொண்டைக்குழி
படிந்த நீலத்தில் வருடி எடுத்து கொஞ்சம் சுருக்கங்கள்
நீவினாள்

மலையாட்டின் புழுக்கை வீச்சத்தில்
புலன் துலக்கியது பதங்க காற்று

ஈரக்கசிவில் தம் ரேகைகள் மேல்
ஒளி மருதாணி பூசிக்கொண்டிருந்த
பாறைகளின் அந்தரங்க இதழ்களை
மாந்தினோம்

நன்னிமித்தங்களால் வடிந்த தேறல்
ஞாபகத்தில் நிசாகந்திப் பூவின் கீழ்
கமழத் தருகிறது

82. User Manualல் இருந்து conditions applyயுடன் ஒரு காதல் கவிதைக்கு நிகரான வாக்கியங்கள்

ஒரு நிழல் விழ உடல்தாங்கும் சூட்டை விட அதிகம்
சிலாகிக்க
ஏதுமில்லை இவ்வன்பில்

இயல்பாய் இரு
பாசாங்கற்றிரு
வெளிப்படையே நான் வேண்டும்
இங்கிதம்

விதைகளின் மினுங்கல்
அதிகம் ரசிக்கப்படுவதில்லை
புதைபடுவதன் துரிதத்திலுள்ளது
சமன்பாடு

அணுகிப் புதை,
முத்தமிடு .
ஆடை பறக்கும் திசையில்
பற்றிச் சலித்த மனது
வேர் கழன்ற வறள்நதித்தாவரமாய்

இலகுவாகு மித,
திசையழிந்து கரை.
விலா எலும்புகளைப் பற்றிக் கொண்டு முதுகுத்தண்டில்
ஏறுவதைப் போலிருக்கும்
என்று நீ பழிக்கும் படிக்கட்டின்
கீழறையில்தான் விடாய் நாட்களில் எரிச்சல்தவிர்க்க
விரும்பித் தனித்திருப்பேன்

அந்நாட்களிலென் மென்காமம் உணர்

தழுவி வெப்பம்பகிர் முத்தமிடு
விடுவி

சிமிழ் துடைக்க வேண்டி இருக்கும்
வளி அடுக்குகள் போல் வாழ்வும்

பகிராதன பகிர வனத்தின்
பரண் வீட்டுத் தனிமை தேர்
பொருள் வயிற் பிரி
பிழைகளை ஒப்புக் கொள்வதற்கு முன்பே மன்னி
கூண்டற்ற பறவைக்கு இரையிடுதல்
அன்பு பெய்தல்
விரும்பும் போது பறந்துத் தொலைய
அதற்கு அதிகாரமிருந்தும்
தோள்நகராமல் அக்குள் சூட்டில்
ஆயுள் பகிர்ந்து அண்மித்தே கிடக்கிறது
சார்தல் இல்லை அண்டக் கிடத்திக் கொள்வதில்
ஓர் வடிவற்ற கவசம் உணர்வேன்

சொற்கள் அலைகள்
கடலின் பேசாமையில்
தெரியும் வானின் நெளிவே
அகம்
மற்றும் அடிவயிற்றுக் கோடுகள்
புரிந்து கொள்
அதற்கு மேல் ஒன்றுமில்லை

வா அணுகிப் புதை
முத்தமிடு
எற்றைக்குமான சூட்டுடன்

83.மோர்ஸ் கோட்டில் ஒரு காதல் பாடல்

வானிலிருந்து Morse codeல் வெளிச்சத்தின்
காதல் பாடல் கண்ணடித்தபடி
துவங்குகிறது

ரயிலில்
ஜன்னல் கண்ணாடி வழி தோராயமாக
தொடும் வெளிச்சத்தோடு ஒரு
குழந்தை 'பிஸ்கட் பிஸ்கட் என்ன பிஸ்கட்' என்றொரு
விளையாட்டை
ஆடிக் கொண்டிருக்கிறது

மின்னலின் கிச்சு கிச்சு தாம்பாளம்

புழுதி கர்ணமடித்துப் பழகும்
காற்றாழைக் காட்டில்
இன்று மழையின் தட்டாங்கல்
ஆட்டம்

தெரிந்த விளையாட்டின் எளிய
புதிர்கள்
பொலப் பொலவென உதிர்கின்றன
நல்ல கூடலுக்குப் பின்னான
உரையாடலில்
வாய் பொத்தி சிரிக்கிறது
சீனிக்கல் அரித்து கொணர்ந்திருக்கும்
காட்டோடை

ஞாயிறு பிரார்த்தனை முடிந்த
தேவாலயத்திற்கு தாமதமாய்
வந்த ஒருவன் உணரும்
அமைதியான கூடம் போலிருக்கிறது
பிரதேசம்

சில்வண்டுகள் சிணுங்கும்
புதர்களூடே
உடல்விளக்கோடு புறப்பாடு
கொள்கின்றன மின்மினிகள்

84

உறங்கும் குழந்தையை
முந்தானையால் விசிறியபடி
ரசிக்கும் கண் வாய்த்திருக்கிறது
மழை தட்டச்சு பழகும் இலைகளின் மேல் படரும்
மெர்க்குரி விளக்கொளிக்கு

நட்சத்திரங்களுக்கு பூமியில்
இமைகள் வரைந்து யாரும்
பார்ப்பதற்குள் தொப்பூல் குழியாய் சுழித்து மாற்றி விட்டது
குமிழ்கள் எழுப்பும் மழை
அன்பின்
சாயல்களை ஒளிப்பது
அவ்வளவு எளிதாயிருப்பதில்லை

பேன்பார்க்கும் விடுதித்தோழியிடம் பகிரும்
வெட்கம் மின்னலடிக்கும் காதல்
தருணங்களை ஒத்திருக்கிறது
வகிடெடுத்த
மேம்பாலத்தின் விளிம்புகளில் நீர்த்தாரைகள் குழல்களாய்
வழிய
இரவுநகரம் பேசும் மழைக்கதைகள்
நீ இப்பொழுதில் இசை கேட்டுக் கொண்டிருப்பாய்
ஒவ்வொரு மலைச்சாலையிலும்
ஓர் தொலைந்த ஓடை
உயிர்த்தெழும் மாரிக்காலத்தில்

மருங்கில் சடைத்துக் காய்ந்த வேர்கள் ரகசியமாய் சந்திப்பதை
பார்த்திருக்கிறாயா
ஏதோ நினைத்தாற்போல்
மொபைலை உயிர்ப்பித்து
போர்வைக்குள் முத்தமிடும்
உதடுகளின் கரிப்பு உணர்ந்ததுண்டா

அத்தனை விரல்ரேகைகளையும்
பெற்றுக் கொண்டு இன்னும்
சிவந்திருக்கும்
பூக்குழியின் கங்குகள் மேல் சோம்பல் முறிக்கும்
தூறலின் சப்தம்
ஒரு அவசர முத்தத்திற்குபின்
வளையல் சரசரக்க உடை திருத்தும்
உன் பதைப்பை மின்னச்சு செய்ததாய்

மொட்டுகள் அடை காக்கும்
காற்றின் மேல் பெய்யும் மழை
ஒரு காத்திருப்பின் மீதான
கவிதை
அல்லது
ஒரு கல்லறை மேல்
செதுக்கப்படும் இசைக்குறிப்பின்
உளியொலி

85

புதையலுக்கு அடையாளம்
வைத்துவிட்டுப் போகிறதாய்
வசந்தம் ஒரு பூவை மலர்த்தி விட்டுப் பயணிக்கிறது
உனக்கு முத்தம்

ஓர் அயல்கிரகத்தை ஒளி
கோதும் போதில்
விண்கலம்
எடுத்தனுப்பிய புகைப்படங்களின்
ஸ்லைட் ஷோ உன் கலவிநேரத்து
கண்கள்

பாலே நடனவகுப்பிற்கு
வெளியே காத்திருக்கும் செருப்புகள்
தேவதைகளை
பூமிக்கு அழைத்து வருகின்றன
உனக்கு ஆடைகள்

மதநீர் வழிய தனியே கட்டப்பட்டிருக்கும்
ஒற்றைத்தந்த யானை
இந்த நான்காம் பிறை
ஏந்திய இரவு
கூழைக்கடா அந்தியொளியில் சிறகிற்கு சிக்கெடுப்பது
காற்றோடு பிணங்கி நீ உடலை
நீர் மெலிந்த அருவியெனச்
சிணுங்கி சிறுதுயில் முறிப்பது

நதியை சிற்பமாய்
எப்படி செதுக்கி காட்டுவது
மீனில்லாமல்
பிடறிக் குறுமயிர் முகரும்
அணைப்பின்றி எப்படி
பிறையறிவிப்பது உனக்கு

கொல்லையில் கன்னிமூலை
முருங்கையை கம்பளிப் பூச்சிக்காய் தீ காட்டியதில்
கோபித்திருந்தது சில ஞான்று
கருணைப் பிசினூற
பூத்திருக்கிறது

86. ஒரு திருநங்கையின் நன்றி முத்தம்

ஒரு மனம் பிறழ்ந்தவனுடன் ஒற்றை வலியாவது

பகிர்ந்த மழைநேரத்து பீடி
கார்ட்டூனுக்கு சிரித்து கனவில் ஸ்கலிதமாகி
குழந்தையின் சிறுநீர் உப்பு உதட்டில் பட்ரந்து
கோணல்வகிட்டிருலிருந்து
நடுவகிட்டுக்கு மாறியநாளில்
ஒரு தெற்றுப்பல் சிரிப்பாவது
கடந்திருக்க வேண்டாமா
சொல்லிச் சிரிக்க அவமானம் இல்லாமல்
வாழ்வென்ன வாழ்வு
காமம் முடிந்த பிறகு ஒரு ஐ லவ் யூ கேட்காமல்
என்ன மனுஷப் பிறப்பு
யாரிடமோ தோற்றதற்கு ஒரு திரையரங்க
இருட்டில் விசும்பாமல்
கார்டில் காசிருந்தாலும் எடுக்க முடியாமல்
கடன் சொல்லி தின்று பிச்சையெடுக்க வைத்த அரசை
சபிக்காமல்
உள்ளாடையை தானே துவைக்கத் துவங்கும் மகனை
கண்டும் காணாமல்
ஜீவிதத்தை சொல்ல
ஒரே ஒரு பக்கமாவது
மழையால் மனசார நனைந்திருக்க வேண்டாமா
கள்ளத்தனத்தை காலம் கடந்தாவது
பகிர்ந்து மன்னிப்பு கேட்காமல்
ஒரே ஒருமுறையாவது இந்த அதிகாரத்தை செவித்தட்டி
கேள்வி கேட்காமல்
அதன் மனசாட்சியின் கிழங்கை
தோண்டி எடுத்துப் புசிக்காமல்
இந்த வாழ்வு இருந்தென்ன

87.இசைமிடறு சுரக்கும் மகரந்தி

உறங்கும் கர்ப்பிணியின் கைநிறைந்த கண்ணாடி
வளையல்களாய் மினுங்குகிறது சாலை
நிலா சன்னதம் வந்தவளின் கண் சொருகல்
சாமத்தின் காற்றோ சல்லடையில் அள்ளிய அவள்
வாசனையால் பேசுகிறது
சினைத்த பறவையின் கூடு தாழ்ந்திருக்கும் இந்த சாலையோர
மரக்கிளை எந்த பெண் யானையின் மத்தகம்
மகரந்தி...
உன் பூமத்திய ரேகையில் துவங்குகிறது என் பருவத்தின்
முதல் கந்தகக் காற்று
ஈனும் மீனின் செதில்திறப்பாய் கடலின் நீலம் குடிக்கிறதென்
சுவாச சிமிழ்
பாலை மென்று தின்னும் மேகம் ஒரு இசைமிடறாய்
இறங்குகிறது என் சரும வேர்களில்
மேம்பாலங்களின் இருமருங்கு பள்ளத்தாக்குகளில் பனி
வெட்கத்தோடு இறங்கிக் கொண்டிருக்கிறது
செந்தட்டிகள் படரும் ஒந்தி மேடுகளில் தன் பால்மடியுரச
கடக்கும் காட்டுப் பூனையின் காம்புகளில் உந்தன் அன்பை
சுரக்கக் கேட்டு பருகும் என் செல்லச் சூரியன்
உன் சுவாசம் குடித்து வளர்ந்த வனத்தின் முது மரத்தின்
ஆண்டு வளையத்துள் உன் பித்தை செதுக்கி வைத்திருக்கிறது
இலையுதிர் பருவம்
நீ நீராடிய சுனையின் பாறையில் பாசியாய் படர்ந்திருக்கும்
உன் வாசனையை ஒரு நத்தை போல் உடல் படர்த்தி
உயிரெங்கும் பூசுவேன் என்கிறது பித்தச் சுடர்
உன் மரணத்தின் கடைசி மிடறு என் முத்தத்தால் சுடர்ந்த
ஈரம்
பூமிக்கு தோல் உரியும் சாமம் இதில் உன் கருவுக்குள் நான்
புரண்டு படுக்கிறேன்
உலகின் எல்லாக் கல்லறைக்கும் ஆன
ஞாபகபாரம் உன்னோடு வாழ விரும்பும்
பிறவியின் நீளம்

88

பழைய பரிசுக் கோப்பைகளில்
படிகிற தூசு
ஒரு பெயர் நினைவிலிருந்து
மங்குதல்

நெடுங்காலம் கழித்து
விடுதலை அடைந்த போர்வீரனை
வரவேற்க யாருமற்ற வீடாய்
மீண்டும் நேர்ந்த சந்திப்பில்
சொல்ல ஏதுமற்ற கண்கள்

ஒரு நரையேறிய பழைய மாணவன்
தன் வகுப்பறையை பார்க்க வரும்போது
புதியவர்கள் அவன் ஆன்மாவுக்கு
எவ்வளவு அந்நியமாய் சிரிக்கிறார்கள்

காதல் தீர்ந்த பிறகு நாம்தான்
இந்த பூமிக்கு எவ்வளவு
பழையவர்கள்
தராசுகளின் பூஜ்ஜியத்தை
மெல்ல அசைத்துப் பார்க்கும்
வேகமான மின்விசிறி இறக்கைகள்
தவிர்க்கவே இயலாமல் கூட நேரும்
மரண வீடுகள்

எந்த சமாதானமும் தேவைப்படாத
பிரிவுகள்
நினைவுகளில்தான் எவ்வளவு
கனமானவை

89

ஒரு ஓவியச்சிக்கும் நடனக்காரனுக்குமான
காதலை ஒத்திருக்கிறது
சுவராய் இருக்கும் கண்ணாடி மீது
நகரும் பச்சைத் தடாகத்தின் நிழல்

கூப்பிடு தூரத்தை கடந்து
அம்பெய்கிற சப்தமுறைந்த
குரல்வளை
வர்ண ஈரம் காயாத தூரிகை

வரிசை பிறழாமல் அந்தி
வானெங்கும் அடவு பிடிக்கும்
அரைவட்ட சிறகுகள் அவள்
அன்பின் பாதமுடுக்கம்

நிறங்களுக்கும் அடவுகளுக்கும் இடையே பாசாங்கு
செய்கிறது
ஒரு கருவுக்கு தோல் போர்த்தும்
தூரிகை

சலங்கைகளுக்கு
விதை வளர்க்கும் தாவரத்தின்
இலைகளில் பச்சையம்
அடர்கிறது
குகைகளின் சிவந்த சித்திரங்களில் இருந்து பயணித்தவன்
துகிலில்
நீலத்தை கொணர கசங்கிய
பூக்கள் தம் மகரந்தத்தை வண்ணத்திகளுக்கு திறந்து
தருகின்றன

ஓர் அனிச்சை கணத்திற்கு
காத்திருக்கிறது கல்மூங்கிலின்
வெடிப்பு

90

ஊடலின் காலத்தில்
தன் உள்ளாடையை
இடம் மாற்றி வைத்து
மென்னகையால் மௌனம் உடைக்கும்
மனையாள்
முதற்கோடைமழை முகாமிட்டிருக்கும் நண்பகல் வானம்

ஒரு வனநதி
அருவியாகும் மலையின் குமின்உதட்டு பாறை மெழுகு
வரை சென்று சென்று
மீளும் மீன்கள்
அயராது உருளும் தாயக் தட்டைகள்
தீண்டலுக்கும் சொற்களுக்கும்
உள்ள தூரத்தை கடக்கும்
முத்த மூச்சு

மழைநாளில் சக்கர நாற்காலிக்காரி யொருத்திக்கு குடை
பிடித்துப் போகும் கரத்தின்
ஆயுள் ரேகை நீள்கிறது

ரப்பர் மரத்தின் அறுந்த
பாதைகளில் பெய்யும் மழை
தேங்குகிற பள்ளம்
நாளடங்குகையில் செவிலியின் உள்ளங்கையில்
ஏந்தப்பெறும் கருணையின்
திவலை

பருவகாலங்களுக்கான
வேட்கையைப் போலவே
எல்லாக் காலங்களுக்குமான
மூலிகைகளை வளர்க்கிறது
இந்த வனாந்தரம்

ஏலங்கிழங்குகளுக்கு
தம் இரவெல்லாம் முண்டுகிற
காட்டுப்பன்றிகளின் மூர்க்கமுள்ள இம்மழை
மறிகளுக்கான மடியையும்
சேர்த்து நனைக்கிறது

நீலநிறமுட்டைகளை
கரியஆகாசத்திற்கு
மறைக்க மெல்ல சிறகு விரிக்கிறது
அந்த அடைப்பறவை

91

இசையின் ஒத்தடத்தில்
பதங்கமாகும் வலி
உன் முத்தம்

தீக்குளித்த உடல் வீடெங்கும்
அலையும் கனவிடையே
உன்னிடமிருந்து வரும்
இமை திறவாமலே
கூடலுக்கு சமிக்ஞையுள்ள
அணைப்பு
பாதுகாப்பு தேடும் மூர்க்கத்தை
விதையாக்குகிறது

கண்ணாடிக்குள் வளரும்
மேசைத் தாவரத்தின் வேர்
குளிர்ப் பதனக் காற்றை
உணர்வது
ரீ புள்ளி சிலிர்ப்பு
இன்னோர் உடலுக்கு நகம் பதிய
நகர்வது
உலையில் பாண்டத்தை
ஜ்வாலை தழுவுகிறதா
ஏந்துகிறதா என்ற மயக்கப் பொழுதில்

ஒரு சிறகை உதிரம் துளிர்க்கப் பிடுங்கும்
சிராய்ப்பை பற்கடிப்பாக்குகிறது
வேட்கை

ஒளி ஒடுங்கிய துகிலுக்குள்
பறவைகள் மீன்களாகின்றன

பைத்திய எல்லைகளில் இருந்து
மீளவிரும்பாமல் மரிக்க விரும்பும்
யாசகர்களின் குரல் இவ்வுலகின்
ஒலிபாயும் காற்றுவழிக்கு
உயவு பூசுகிறது

மேலே மேலே போய்
திசைகளற்ற உயரத்தில்
ஒரு சிரிக்கும் வாயு நிரம்பிய பலூனாய்
சிதறித் தொலைவதே என் உய்வும்
சிலுவைப்பாடும் உயிர்த்தெழுதலும்

92

தீர்க்கமற்ற திசையில்
ஒரு வண்ணத்துப்பூச்சியின்
உணரியில் படிந்து பறக்கும்
மகரந்தம் என் காதல்

ஞாபகத்தின் கலங்கரைச் சுழல்விளக்கு பன்னெடுங்காலம்
கடல் துழாவிக் காத்திருந்த கலம் உன் வருகை.
பருவதாமதங்களுக்கப்பால்
தாமரைவிதைகளைக் கீறி நீர்புதைத்தால் துளிர்ப்பதாய்
தசாப்தங்கள் சினைத்திருந்த
ஒரு வாக்கியம் ஆவியை
குடல்விளக்கம் செய்கின்றது

நிழலின் இதத்தில்
காற்றை
தடவ வைக்கும் குரல்
கூப்பிட்டுப் போகும் திசை
மீன்களின் நீர்ப்பாதைகளை
பின் தொடர்கிறவனின் மூச்சாய்
மேல்நோக்கிப் பயணிக்கிறது
ஆனால்
தூக்கணாங்குருவியின் கூட்டு வாசல் வான் நோக்கியதல்ல
விசித்திரமே இயல்பாகி விட்டவர்களின் புன்னகை
தருணங்களை இடம் மாற்றி

சுடோகு ஆடுபவை
வாழ்நாளின்
கடைசிச் சொட்டு கண்ணீரைத்தான் முதல்பரிசாய்
வேண்டுகிறது
இந்த பித்தச் சூடு
பேயுறங்கும் கிளையில்தான்
கூடுகட்டச் சுள்ளி சேர்க்கிறது
முத்தப்பிசின் சுரக்கும் பறவையின் அலகு

விறகெடுத்துப் போனவளின்
வெடிப்பு படிந்த
கால்தடத்தில் தேங்கிய நீர் மீது
பிம்பமான நிலாவை
தாகித்து அருந்துகிறது
அதே கிளையை இழந்த பறவை

93.குழந்தைகள் வீடு திரும்பும் நேரம்

ஏடிஎம்களில் முத்தமிடுபவர்களைப் போல்
அவசர மேகங்கள் நிரம்பி இருக்கும்
இவ்வானம் இக்கடலுக்கு நாபிக் குழி
வனைந்து பார்ப்பது

ஒரு தேனீர் கோப்பை
தன் சின்ன துதிக்கையால் முணுமுணுப்பது
உன் குழல் காற்றுடன்
பேசிக் கொண்டே வருவது

சிப்பிகளால் வாய்கொப்புளிக்கும்
அலையின் தலைதட்டத்
தாழப் பறக்கும் பறவைக்கு
பாலே நடனக்காரியின் கால்களால்
ஆன சிறகுகள்

தோள் திருப்பும் கை விலக்கியதும்
கேட்கத் தோன்றுகிற அடர் மெரூன் தேதிகள்
ஜிப் வைத்து தைக்கப்
பெற்றிருப்பதைப் போன்ற
கறிக்கோழிகளின் உடல்களால்
ஆனவை

இவை போகவும் இருப்பு
குடும்பச் சுற்றுலாவிற்கு செல்வோர்

காப்பகங்களில் விட்டுச்செல்லும்
வளர்ப்புப் பிராணியாய் நகரத்தை நா நீள
காலொடுங்க அமர்ந்து
வெறிப்பதாய் வெறிக்கிறது

கல்லறைக்கு சுட்ட செங்கல்லில்
வீடுகட்டிய மௌனத்திலிருக்கும் இரவுகள்
பனிக்கரடிக்குத் தப்பிய மீனின்
ஞாபகங்களால் சிவப்பாகின்றவை

கடைக்காலுக்கு வெட்டிய குழியில்
பிரசவித்துக் கிடக்கும் நாய் வால்குழைக்கும்
சந்தோஷம்
இடுப்புக் குழந்தையை இறக்கிவிட்ட
சூடு மாறாத இடத்தில் பெறும் முத்தம்

மற்றபடி சகலமும் சவுக்கியமே

குழந்தைகள் வீடு திரும்பும் நேரம்

94

நிழல்கள் குறுகி திசை மாறி விரியத் துவங்குகின்றன.
பறவைகளற்ற ஆகாயத்தில்

தரையிறங்கும் தாழ்வுடன் அசையாத சிறகுகளில்
ஒளி சிமிட்டி கடக்கிறது விமானம். பெருக்கித் தீர்த்த
சிமெண்ட் தரையில் இன்றைய நாளின் முதல் இலையை

உதிர்த்துப் போகிறது காற்று.வாசிக்க கிடைத்த வரியொன்று
சொற்கள் மறந்த பழைய பாடலின் துவக்க இசையைப் போல்
சுழித்து நினைவை உருவத்

துவங்குகிறது. ஒரு கோடையின் காலைப் பொழுதில் வற்றிய
நீரகங்களைக் காவி வெற்றலகோடு மின்தந்திகளில் மாறி மாறி
அமர்ந்து மானுடர்க்கு தன் துயரை இசைக்க முயல்கிறது. நீ
எங்கோ அருகில்தான் இருக்கிறாய். ஒரே கனவில் மீண்டும்
மீண்டும் வரும் அதே இடத்தை நிகழில் தேடும் நானும் அந்த
மீன்கொத்தியின் பாடலும் ஒன்றுதான் எனத் தோன்றுகிறது

95

பாடம் செய்யப்பட்ட புள்ளி மான்தோல்
புழுதிநிலத்தில் அவசரமாய்
தற்புணர்ந்து போயிருக்கும்
மேக வாடை
பெருவலையில் இருந்து சிறுவலைக்கு சல்லிக்கப்படும்
மீன்களின் துள்ளல்
உன் ஞாபக தேம்புதல்

96.மழைப் பார்த்தல்

துவக்கத்தில்
வெட்கம் வெள்ளாமை பார்க்கும்
சிரிப்புடன்
ஓட்டைப்பல் சிறுமி
உற்சாகத்துடன் பாடுகிறதாய்
காற்று பாதி சாரல் பாதி

புதுமணப்பெண் தாய்வீட்டிற்கு
கண்ணாடி வளையல் ஒளிச் சடுகுடு ஆட
அலைபேசுவதாய்
அதன்பிறகு
அவ்வளவு இருந்தது அவளுக்கு
மண்ணோடு பேச

நாலுகாட்டு வேர்க்கடலை உடைக்கும்
சப்தத்தோடு குறுக்கு வெட்டுகிறதாய்
செல்லச் சலிப்போடு நீட்டும் கணுக்கால்
கொலுசுகளின் முத்துச் சப்தம்
கூரையொழுகி தரையிலும் பாண்டத்திலும் அவள் அபிநயம்

மகரக்கட்டு உடையும் இளைஞனின்
வியர்வை வாசனையை
துவைக்க எடுக்கும் தாய் உணர்வதாய்
எறும்புகள் விரைவதை
வளர்ப்பு பிராணிகள் நைட்டிகளில்

உஷ்ணம் தேடி பதுங்குவதை
பார்த்துப் பார்த்து
காத்திருக்கும் ஓர் உழவோன்
பரிதவித்த பைத்தியத்திற்கு முன் நிலையில் பிரார்த்தித்தபடி
விரல்
கோர்த்திருக்கிறான்

காற்று கலைத்தால் சபி
அடிவயிற்றில்
ஆறேழு சூரியன் அமிலங்காய்ச்சிக்
கொண்டிருக்கிறது

பொழி பொழி பொழி
இரட்டைப் பிள்ளைக்கு கனவு காண்பவளின்
கனவு நனையப் பொழி

97

பைத்தியச்சுனைகளை
வருடி வருடி திறக்க
குழந்தையின் உதடு குவிக்கத் தெரியாத விடைபெறும்
முத்தம்
அல்லது
உள்ளங்கையில் இரை முத்தித்தின்று
ஓர் இறகை உதிர்த்து விட்டுப் போகும் மயில்
அல்லது
உடுத்தி முடித்து வெளியேறும் உன்
கொலுசுத் திருகாணியில் ஈரப் பிசுக்கோடு மஞ்சள்
சேகரம்
ஒரு மாலையின் முதல் இலைகீழிருந்து
இருள்கீற்றெடுத்து
இரவு துவங்க
போதுமாய் இருக்கிறது

98

மயிற்பீலி தொலைந்த நாட்களில்
கூந்தல் நுனியை களிம்பில் தோய்த்து
வருடும் கருணை
சிதிலத்தின் மீது படரும்
பூவுதிர்த்த நிழல்
தண்டனை முடிந்து வெகுநாட்களுக்குப் பிறகு
ஒரு நரைத்த எதிர்சாட்சியைப் பார்த்து புன்னகைக்கிறது
காதல்

99

யானைகளின் நீர் பாதைகள்
நீண்டு கொண்டே இருக்கும்
இக்கோடையில் பறவைகளின்
அந்திகள் நீள்கின்றன
நிறைந்த அன்பில் சொற்களற்று
வறள்கிற உடலின் பதைத்த சிறகடிப்பை
ரசிக்கிறோம்

நீரின் சவ்வூடே பாயும் மீன்கொத்தியின் கண்கள் சருமத்தில்
ஒளிச்சேர்க்கை நிகழ்த்தும் உன் பார்வைக்கு
வாய்த்திருக்கிறது

நதிக்கரை மேட்டில் கவிழ்த்திருக்கும் பரிசல்
கண்ணாடி உதடுதட்டானுக்கு
மார்புக்காம்பாகி சுரக்கிறதா
மாரிக்கால ஆகாசத்தை

அரச இலைச்சருகு வழி பார்க்கும் நிலா
வெட்கம் ஊடுருவிய
நேர்ச்சைக்கு நேர்ந்த
விருப்ப பலிமேடை
முயலின் காதுச் சிவப்பில்
குழைந்திருக்கிறது யானை பிரசவித்த நிலம்
ஆள்தின்னி எறும்புகள்
சாரையிட்டு தவறி விழுந்த

அந்திமேகத்தை தம் புற்றுக்கு இழுக்கும்
பிரிக்கப்படாத காயத்தின் தையல்
சித்திரம் அது
நாவின் உணர்நரம்புகளை குற்றம் சொல்லாதே

ஈரச் சிமிழ் திறந்து நன்னீர் நண்டின் கூழ் உறிஞ்சும் உதடுகள்
கந்தகத்திற்கு பழகியவை
உயவுக்கு கொஞ்சம் உதடுகள்
வேண்டியிருக்கிறது

காதலின் சன்னதம் கனிந்து தனக்குத் தானே
சாட்டை வீசிக் கொள்ளும் போது
ஒரு பாம்பு சட்டையுரிக்கிறது ஒரு வவ்வால் பிரவிக்கிறது
ஒரு நத்தைக்குஞ்சு நீருள் தன்
முதல் சுவட்டை பதிக்கிறது

100

கைவிளக்கின் ஒளிவட்டம்
நிலவொளியில் மட்டும்
சுவாசிக்கும் தாவரங்களின்
கீழ் கூடற்று வசிக்கும் பூச்சிகள்
சதாசப்தித்தபடி
நினைவேந்திகளின் இரவுச்சாலை பாதங்களுக்கு சலங்கை
கட்டுகின்றன

கைவிளக்கின் ஒளிவட்டத்தை
சர்ப்பங்கள் கடக்கின்றன
கூடுகளின் மௌனம்
இருளை
அவ்வளவு அடர்வாய் மாற்றுகிறது

நீண்ட தசாப்தங்களுக்குப் பிறகு
எல்லோரையும் இழந்தபிறகு
நீ மீள விரும்புகிறாய்

இவ்வளவு சப்தமிடும் அலைகளோடு வாழும் மீன்களின்
மொழியோ மௌனமாய் இருக்கிறது
அவ்வளவு நீர்மையோடு இருந்தும்
பனிச்சிகரங்களில்
பள்ளத்தாக்கு நதிகளின் நல்லொலிகள் இல்லை
இங்கே எதுவும் மாறவில்லை
இன்னும் கொஞ்சம் நைந்து போன கூரைகள்

சுருக்கங்கள் கூடிய அடிவயிற்றுத் தழும்புகள்
இன்னும் கருமையேறிய நுரையீரல்கள்
அதே உஷ்ணமுள்ள தழுவல்
அதே கூரைக்கு மேல் முதல் கவளம் வீசும் உணவுத்தட்டுகள்
இன்னும் கறவைகளைப் புதைத்து
சுதை வடிவிற்கு வர்ணம் பூசி தோற்றம் மறைவெழுதும் எளிய
ஈரலுள்ளவர்கள்

கைவிளக்கின் ஒளிவட்டம்
மங்குகிறது
இதனினும் பெரிய விளக்கொளி
அண்மிக்கிறது

வேறொரு நகரத்தின்
மழையில் நனைந்துவிட்டு வந்திருக்கும்
சிவந்த ரயில்
உன் வருகை

101. ஞாபகம் நத்தையின் ஓடு

ஞாபகம்
நத்தையின் ஓடு
துகிலுரித்து கொண்டிருக்கும்
சர்ப்பத்தை கடக்கும் வரை

மீனுண்ணும் தாய்மீனின்
முட்டைக்குள் மீண்டும் கருவாகுமோ
முன் கொண்ட மகவு

பொற்கோழியோ
நற்காகமோ
அடைகாக்க மட்டும்
அறிந்தவை பறவைகள்

லோகிதாசனின் பிணக் கூலியாய்
அன்பு
காணப் பெறும் கண் சார்ந்து

தனதன்பை பகடி செய்தவர்களிடம்
தரவும் புத்தனிடம்
ஒரு புன்னகையே இருந்தது

102

ஒவ்வொரு ஆசைப்பிரார்த்தனைக்கும்
ஒரு புதிய தொட்டில் என்பதெல்லாம் சரிதான்
ஒவ்வொரு முறையும் ஒரு புதிய
ஆணி புதிய தழும்பில்லையா

வேரடி மண்ணைஅறுத்துப் போன
வெள்ளம்
வடிந்து விட்டது
காற்றில் என்ன சத்தியம் செய்கின்றன வேர்கள்
நதியை சாட்சியம் வைத்து

பொத்தான்கள் பொறுக்கும்
முன் வந்து விடும் யாரோவின்
கண்கள் துளைகளை சந்தேகிக்கும் சீஷருடையதாய்
அமைந்து விடுவது ஒவ்வொருமுறையும் எவ்வளவு
தற்செயல்

ஒரு இருவாட்சியின்
தொண்டைக்குழி உன்
காதல்
அதில்தான் என் வனம் உயிர்த்திருக்கிறது
நியாயாதிபதிகளின்
கள்ளத்தராசு இவ்வாழ்வு
நீ எவ்வளவு நிறுத்தாலும்
எடைக்குறைவு
மீண்டும் பெய்

103

சில்வண்டு சப்தத்தை
கஞ்சிராவில் வாசித்துக் காட்டிக்
கொண்டிருக்கிறாய்
உன்மத்தப் பொழுதின்
ரயில் முத்தங்கள்

உண்ணிகளுக்கு தோல்
சிலிர்க்கும் கரிய பசுவாய்
இரவுக்குளம்

ஒரு மேலெழும் அலையில்
நட்சத்திரம்
நீந்தும் சர்ப்பத்தின்
தலையாய் தோன்றுகிறது
வால் வரைகிறது உதிரும்
பவழமல்லி

104. அன்று இங்கு

தலை மழித்த பெண் சுமக்கும்
மண்பாண்டத்தில் முகம் பார்த்துக் கொண்டிருக்கும் சூரியன்
பரிசளித்த ஒரு
சிக்னல் சிறுமியின்
ரேகையேந்தும் பகலில்

பதினோருமணிக்குள் முடிந்தது
பங்குத்தரகு

கோல்கேட்டின் பாதுகாப்பு வளையத்திலிருந்த
பெண் கிருமிகளால் கற்பழிக்கப்பட்டாள்

பதினெட்டு ரூபாய்க்கு 'சாணித்தாள்' வாங்கிக் கொண்டு
ஐ மேக்ஸில் படம் பார்க்கப் போனான் இந்தக் கவிதையை
எழுதிக்கொண்டிருக்கும் பிரேதவாசி

நகரில் நிகழ்ந்த
உலகத்திரைபடவிழாவின் இடைவேளையில்
ஆணுறை
விற்றுக்கொண்டிருந்தவன் பெயர்
கடவுள்

105. அங்கும் மழையா

மழை கோடிக்கால் மரவட்டையென
காற்றில் நகர்ந்து கொண்டிருக்கிறது
உயிர் தந்திகளை மீட்டும் குளிரில்
அழுக்குப் பெட்டியில் உறங்கும் உன் வீட்டு பூனையை
நினைத்துக் கொள்கிறேன்
மரங்கள் இப்போது பேசும் மொழி
புரிவது போல் தோன்றுவது மனமயக்கம் அல்ல
பறவைகளின் அடிவயிற்றில்
ஒண்டி நிற்கும் குஞ்சுகள்
இமைப்பதில் நனைந்த உடலின்
மென் நடுக்கம்
இக்கோடைக்காற்றின் தீமிதி
கால்களுக்கு 'அக்கினிக்கட்டு'
கட்டுகிறது மழைச்சரடு
லாந்தரின் மையச்சுடராய்
கண்ணாடி ஜன்னல்களில் மூச்சு படர
வேட்கை அசைந்து கொண்டிருக்கிறது
நிசியை முன்னமே அழைத்து வருகிறது
நகில்
ரோமக் காட்டுக்குள் அலையும்
மின்மினியாய் ஒரு ஒத்தடச் சூடு
பரவுகிறது
அங்கும் மழையா

106

இடது முலை மேல் அமர்ந்து
இடைவளைவில் எச்சமிட்டு மின்சாரமணியோசைக்கு
அதிர்ந்து பறக்கும் பறவை
மின்மயானத்தில் பசியாறுகிறது

யாருமற்ற வெளியின் குரல்கள்
கடல் மிச்சமிருக்கும் சங்கினை
சுற்றி வரும் குளவியை துரத்தியபடி

யானையின் எலும்புகூடாய்
சூழத் துவங்குகிறது தனிமை

மல்பெரி இலைகளை தின்று கொண்டிருக்கிறாள்
சிறகு முளைக்கும் கனவுகளுடன்

107

ஓர் பாறை ஓவியத்தின்
நூற்றாண்டு மௌனத்துடன்
உறங்குகிறது உலகம்
பூமியொடு ஆதிநாள் பிறந்த பாறைகளின் எந்த பருவத்தில்
தேரைகள் வசிக்கத் துவங்குகின்றன
சிமிட்டி சிமிட்டி ஒரு காணவியலாத விழியாய் அணைந்து திறக்கிறது
இக்காதலின் நொதி
ஊனமுற்ற ஆமை நதியைக் கடக்கத் துவங்குகிறது
நிறைசூலி மேகம் தாளப் பறக்கிறது
அதன் கண்ணாடி உடலில்
இருப்பு இன்மையைப் போல் துணைக்கு வரும் வாழ்வில் நான்
தனித்திருந்தாலும் எல்லோரோடும் இருக்கிறேன்
பைத்தியத்தின் எழுச்சியாய்
சோம்பல் கடல் திமிருகிறது
நான் வெகுநாள் வளர்த்த ஒரு விஷச் செடியை சுவாசிக்கிறேன்
பனிநிலத்தின் வேர்கள் மேல் வளர்ந்து உயர்கிறது நிலம்

108

துளிருடன் ஒட்டிக் கொண்டிருக்கும்
விதையின் தொலிக்கு காயும்
தொப்பூழ் கொடியின் நிறம்

சாணத்தில் உலரும்
பாகல்விதைகளின்
ஓடுகளை இன்னும்
இறுக்கமாக்குகிறது
பிற்காலை வெயில்

கன்றுக்கு வாய்க்கூடு
கழற்றி
முழுதும்
பருகக் கொடுக்கும்
கரங்களின் ரேகைகள்
உயிர்ச்சூடு தாழாதவை

நட்சத்திரங்களின் திக்கலை
நீரலைகள் திருத்தும் வரை
என் வானம் அழகாய் இருக்கும்

109

தளர்குழல் உதற
தலைசாய்க்கும் தருணங்களில்
விழுதிறக்கிய கரையோர மரம்
ஆற்றுடன் பேசும்
இரவுநேர ரகசியங்கள்
நினைவூறுகின்றன
அப்பிரியத்தின் ஆரம்
கடல்வாழிகளின் கூடு
ஆமைகள் ஆழிவழியே
பூமி சுற்றும் பாதை
அதன் அலைவுதூரம்
பேரிச்சை விதைகள்
திறக்க மறுக்கும் உதடுகளாய்
இறுக்கம் பேசுகையில் உலர்ந்தாலும்
உள்ளே குழைந்திருக்கும் கள்ளிப்பழம்
அவ்வுதடுகளின் முத்தம்
பயணங்களில் தொடை சாய்ந்து
கண்ணயர்கையில்
கன்னத்துக்கு தொடைக்கும்
இடையே உள்ளங்கை ஏந்தி
தாங்கும் கூச்சமும் ப்ரியமும்
இழைந்த வேர்வை
வைக்கோல் சூட்டில் கனிந்து
பழுக்கும் வாசனை உடையது
பூமியில் எப்போதும் கொஞ்சம் பகல்

எஞ்சியிருக்கும் தேசத்தில்
அதன் சுள்ளிகள் கூடாக
சேமிக்கப்பட்டிருக்கிறது
அறுவடை முடிந்த நிலத்தின்
'தப்புக்கதிர்கள்' சேகரிக்க வருபவர்களாய்
புணராமல் தழுவிப் பிரிந்ததில்
நெரிந்து உதிர்ந்த
மயிர்களை ஆடை மாற்றுகையில்
உதிராமல் பதைத்துப் புறப்படுத்தும்
மென் வெட்கத்தை
உனக்குச் சொல்ல முடிந்ததில்லை
பாலூட்டியபடி
தானும் உறங்கிவிட்ட தாயின்
கலைந்த ஆடையை
சரி செய்து
விழித்ததும் அவள் கொள்ளும்
சிறுபதைப்பை ஒத்தி வைத்து
உறங்க முயலும் தகப்பனாய்
இந்தக் காமத்தைத் துயிலாழ்த்தி
ரசிக்கிறது காதல்

110

கர்ப்ப அச்சமாய்
காரண பலகீனமுள்ள
அன்பை
ஒரு பண்டிகை நாள் தேவாலயத்தின் அத்தனை
மெழுகுவர்த்திகளாலும்
பிரார்த்தித்துப் பொத்தித் திரிகிறேன்

எப்போதும் போல் கொன்ற பறவையின் வயிற்றிலிருக்கும்
முட்டையை இன்னோர் பறவையின் அடைக்கு
கொண்டு வைக்கும் காலம்
ஒளி படரும் சிலையின்
புன்னகையை ஒத்திருக்கிறது
வயமிழக்கும் தோற்றமயக்கங்களால்
அழகாகிறது வாழ்வு

111

குதிக்கும் அருவியின் பெருமூச்சு
கூந்தலுதறுகிறாள்
காகப்பொன் படர்ந்த கரையில் நண்டு ஊர்கிறது
ஈரக்கால் ரோமங்கள்
பிடறிக் குறுமயிர்
பார்வை அலைகிறது
அச்சோ
நங்கூரம் பெயர்ந்து விட்டது
திரும்பாதே

112

வேறொன்றுமில்லை
புல் சற்று சப்தமாக பேசிக் கொண்டிருக்கிறது

தெருவிளக்கின் கீழ்
யாரோ விசிறுவது போல்
பொன் தூவிக் கொண்டிருந்தார்கள்
நெருங்கினால்
ஒளியின் ஜலதரங்கம்

புத்தரின் இமைகள்
கொதிக்கும்
குமிட்டியடுப்பிலிருந்து
நல்ல புணர்வின்
வியர்வை நறுமணம்

மரண வீட்டில்
நீண்டநாளுக்குப் பிறகு சந்தித்த
மகிழ்வில்
விளையாடிக் கொண்டிருக்கும்
குழந்தைகளாகி
இவ்வளவு துக்கத்திலும் இளகி

அனிச்சை போல் பாவனை செய்யுமொரு தீண்டலுக்கு
மழைத்து
உடலை
ஒப்புக் கொடுப்பது

113. அந்த விரல்கள் இறங்கிப் போய் விட்டன

உறங்கும் பறவைக் கழுத்து ஒடுங்கியிருக்கும் பாவனையில்
இருக்கைக் கம்பியை பற்றியிருந்த
விரல்கள்
கருவிலிருக்கும் யானையின் துதிக்கை
போல் ஒரு பிஞ்சு விரல்
சிறகுகளை கிரீடமாக்கி இருக்கும்
இளவரசி போல் நகம் கொண்ட விரல்
ரேகைகள் ஓடும் உள்ளங்கை வண்டல் ஒதுங்கிய ஜீவநதியை
விமானப்பார்வை பார்ப்பது
கூழாங்கல்லின் செங்கோடு போல் நரம்போடும் அந்த
விரல்கள் அவ்வப்போது வலிப்பது போல் இறுக பற்றின
நான்கு ஆண்கள் அமர்ந்திருந்த இருக்கைகளில்
ஒன்றை பகிர விரும்பிய போது பரவாயில்லை என்றது
கைப்பை பிரித்து நாப்கின்
இருப்பை சரிபார்த்தது
சற்றைக்கெல்லாம்
அந்த விரல்கள் இறங்கிப் போய்விட்டன
இறங்கும்போது
குழந்தைக்கு
வாங்கிய பொம்மையுள்ள பை
சற்றே கனம் கூடியிருந்தது

114

திசைவற்றி திமிரழிந்து தூரெரிந்து போனாலும்.
இசைநரம்பே உன் கிளை பற்றி கீற்றாவேன்
தாபச் சுவர் அடர்ந்து அடர்ந்து
அகிற்புகையாய் காதல் சுடர்ந்து
திரிந்தாலும்
கொம்புக்கொழுப்பு கரையாமல்
ஈமத்தில் நிறங்கூட்டும்

பறித்தெடுத்த நாற்றாங்கால்
காலடிகள் நிரம்பிய
மனசில் பனிக்குடத்து நீர்
ஊற்றி களிம்பாற்றிய
காருண்ய உள்ளங்கை தன்
ரேகைப்பதியமிட்ட இருதயச் சுவர்

தரையில் கூடுகட்டும் உப்புக்கொத்திப் பறவைகளின்
கலவி ஒரு தாவர அசைவை பிரதியெடுத்திருக்கின்றன

இறந்த உடல்களுடன்
புதையுறும் உப்புப் பரவலில்
கொஞ்சம் கடல் வாசனை மிச்சமிருக்கிறது
விதைகளுக்குள் கனிருசிக்கு
மயங்கி உறங்கும் உயிர்களின்
போதை எத்துணை பேதைமை

அபத்தங்களின் தேவதையாய் இருப்பதும்

மடியுறிஞ்ச முடியாத நோய்மையுள்ள குழந்தையாய்
இருப்பதும்
பிறிந்தொன்றில்லை

பிடாரன் ஒருநாள்
பாம்பால் மரிப்பது
ஒப்புக் கொண்ட தற்கொலை

அன்பின் இறுதி ஈவு
பிறகொன்றுமில்லை

வலி ஒரு பிராணியைப் போல்
வளரும் உன் நினைவுக்கு

115

இந்த நிலா வெளிச்சத்தில்
கன்னமெல்லாம் பருக்கள் கொண்ட புங்கை இலை வாசனை

சில்வண்டுகளின் சன்ன சப்தத்திற்கு
கிறங்கும் இமைகள் வாய்த்த தொட்டாஞ்சிணுங்கித்
தாவரத்தின் பூக்கும் பருவம் இது

காற்று ஒரு இறந்த விலங்கின் காயும் தோல் துளை வழியே
விரல் நுழைத்து விளையாடும் சிறுமியாய் தகிக்கும் உடலைத்
தழுவி நழுவுகிறது

மேகங்கள் முழுவதும் உண்ணப்படாத கனியின் மீதான
பற்தடமாய் அலைகின்றன

நிலம் மாறி வந்து கூடு கட்டியிருக்கும் வலசைப் பறவை
பேடையை அழைக்கும் குரல் மிதந்து வருகிறது
அவன் கிணற்று நிலவை ஒருகணம் மாவுச்சல்லடையாய்
மாற்றி களுக்கென மறைந்து போன கெண்டைக்குச் சிரித்தபடி
புகைக்கத் துவங்கினான்

ரயில் பாலத்தை
கடக்கும் சப்தம் அண்டையில் கேட்டது கைவிடப்பட்ட
அறைச்சுவரில்
நிறம் மாறியும் மறையாத
உதிரக்கறை
உன் ஞாபகம்

116

வாசனைகள் புலன்களில்
சதுரங்கம் ஆடும் மழைக்காலத்தில்
ராணியைப் போல் பயணிக்கிறது
உன் அண்மையின் மணம்

வளைகளில் இறங்கும் நீருக்கு
வெளியேறி தலைகாட்டுகிறது
தாபப் பிராணி

வெளியெங்கும் சப்தமிடும்
தவளைகளின் நாவில்
புத்தனைக் கொன்ற உணவின்
ருசி

மூச்சு ரோமத்தை அசைப்பதாய்
மழையை காற்று இசைக்கிறது

ஒரு புத்தகத்தை பரிசளித்து
விடைபெற விரும்பிய காபி சந்திப்பில்
நான் உனக்கொரு ஆளுயர நத்தையின்
ஓட்டையும்
நீயெனக்கொரு கொலைவாளின்
ரகசியத்தையும் கையளித்திருந்தோம்

117

கொஞ்சம் உபரி இனிப்பு சேர்த்த திருவிழா பண்டம்
கொஞ்சம் நேரம் சேர்த்து தூங்கக் கிடைத்த ஞாயிறு
சற்றே ஒளிகூடிய நேற்றைய பௌர்ணமி
உற்றுப் பார்த்துவிட்டு சிரித்த
பேருந்து குழந்தை
ஆசிர்வதித்த யானையின்
மூச்சுக்கு சிலிர்த்த உடல்
இன்னும் கொஞ்சம் நேரம் விளையாடிக்கவாம்மா என்று
சம்மதம் கேட்கும் குழந்தை
ப்ளீஸ் சொல்லும்போது
சுருங்கி விரியும் கண்
ப்ரசாதம்தானே சாப்டுங்க என்று இனிப்பு
மறுக்கப்பட்டவருக்கு
அனுமதிக்கும் அந்த முதிய காதலி
சனிக்கிழமை இரவுப் புணர்ச்சியின்
நள் எனும் உணர்வு மீதமிருக்கும் முன்மதியம்
பிறந்தநாளின் மஞ்சள் கூடிய அந்தி கடற்கரை
கொஞ்சத்தில் அழகாகும் வாழ்வு

118

நொடிநொடியாய் மீன்கள்
எச்சில்படுத்திக் கொடுத்தது
என் நுரையுடையும் பெருங்கடல்
பாகம்தோறும் உன் கண்களால்
தொட்டுக் கொடுத்தது
இந்த புத்தம் புது உலகு

திரள்கிற தசைமீது
அந்த நட்சத்திரங்களின் துளைவழி சல்லித்துத் தெளித்த
ஒளித்தூவல்

கடிகாரத்தில் கால்மேல் கால்
போட்டாற் போல் முட்களை
அறைந்துவிட்டு
முந்தானை மூடி நிலவூட்டப்
போய்விட்டது வானம்

தன் அலகால் இலையோடு
இலைச்சேர்த்து
கூடு தைக்கும் பறவையின்
அலகிற்கு என்னை ஒப்புக் கொடுத்து விட்டு
உடலில் இருந்து உயிரை
தளர்த்திவிட்டு கொண்டிருக்கிறேன்
மெல்ல மெல்ல
இக்கணம்

ப்ரெய்லியில் எழுதிய
இசைக்குறிப்பை வருடி வருடி
தானே வாசித்து
கேட்டு
மலர்கிறவனின் ஆன்மா
நான்
அவ்வளவுதான்

அரட்டைப் பெட்டிகளில்
பச்சைவிளக்குகளெல்லாம் அணைந்ததும்
தகனமானது இரண்டுச்சுளை பிய்த்த
ஆரஞ்சு வட்டத்தைக்கடந்த
நகரின் கடிகாரப் பகல்

நடுச்சாலையில் சிதறி
இன்னும் நுரை உடையும்
பியர் புட்டி நட்சத்திரங்கள் நடுவே
கால்வாசி நிரம்பிய
மூத்திரக் கோப்பை
யாரும் பார்க்காத நிலாப் பிறை
சமிக்ஞை மறுதலிக்கப்பட்டு
கடைசிக்கு முந்தைய
பயணியும் இறங்கிய புறநகர் மின்ரயில்
கதவோரம் மொட்டுவரை புகைத்துக்

கொண்டிருக்கிறான் தற்பால் மோகி

பின்/முன்னங்கால் கட்டப்பட்டு
சூட்டுக்கோலால் அடையாளக் குறியிடப்படும்
கழுதையின் வீறிடலுடன்
கடக்கிறது
அப்பொன்னகரின் புதிய வரவாம்
பறக்கும் ரயில்

மனநோய் விடுதியின் கண்ணாடிச்சில்லுகள்
பதித்த சுவர் தாண்டி குதிக்கிறாள்
தன் பெயர் நினைவுக்கு வந்த ஒருத்தி

உதிர்ந்த மல்லிகைச் சரத்தை
முகர்ந்தபடி பின்னிரவில் மெஷின் முன்
தற்புணரும் ஏடிஎம் காவலாளியை
வெறிக்கிறது கண்ணாடிச்சுவருக்கு
அப்பால் செங்கோண முக்கோணமாய்
அமர்ந்திருக்கும் நாய்

119

வலசைப் பறவை
விட்டுச் சென்றிருக்கும் கூட்டின் மீது
கோடைமழை
பொரித்த ஓடுகளோடு
சுள்ளிச் சுள்ளியாக உதிர்கிறது
நினைவு

குழந்தைகளின் அழுக்குச்சிற்றாடைகளை மட்டும்
குப்பைமேடுகளில் தேடிச் சேகரிக்கும் பிச்சியொருத்தி
பேருந்துகளின் ஜன்னல்களை
துரத்தும் போது கதறும் குரல்
பரிசாய் அளித்த ஆடையணியும்
நாளின் சூரியன்

கடலில் புதைக்கப்படும் உடல்களுக்கு தயாரிக்கும்
பருத்திச் சவப்பெட்டிகள்
ஏன் நினைவுக்கு வருகின்றன

களப்பலிக்கு கொல்லப்பட்ட
மிருகத்தின் சாபத்தை
சிலுவைபோல் தனக்கென சுமந்துத் திரிகிறது
உடல்

காட்சிசாலையில் இறந்த
மிருகத்தைக் கட்டிக் கொண்டு

அழும் காப்பாளனை
நீர்வழிய வெறித்தபடி
அதன் இணை சிம்பன்சி
கூண்டுக் கம்பிகளை உலுக்கும்
சத்தம் புரிய
நீங்கள் தீவாட்டி ரேகை அதிர
இசைக்கப்படும் விலங்கின்
தோலாய் சிலகாலம்
வாழ்ந்திருக்க வேண்டும்

120. மகிழ்குட்டியின் சிறகுகள்

அதிகாலைக் கனவில் மேகத்திரளைத்
துரத்திக் கொண்டிருக்கிறாள் மகிழ்குட்டி
பனிமலைக்கு மேல் பறக்கும் போது
சிறகுகள் முளைத்தது
மேகத்திரளுக்கு முன்பாக மிதந்து
கொண்டிருந்த அன்றில் ஜோடி
ஒருகணம் நின்று திரும்பிப் பார்த்தன
மகிழ் குட்டி
முந்திப் பறக்க விசை குறைத்தன
உதிரும் நட்சத்திரமொன்றை
ஊதிச் சூட்டிவிட்டன
ஒரு பிஞ்சு மின்னல் ஹேர்பின்னானது
டெடி பியரின் பாதங்களைப் போலிருந்த ஒரு தூரத்துக்
கோளின் நிலா நகப்பூச்சு இட்டது
வலசைப் பறவைகள் சில
அவளது க்ரேயான் புத்தகத்திற்கு
தம் தூரிகைக் குச்சிகள் தந்தன
தன் கூட்டுக்கு மென்பஞ்சு சுமந்த
பறவையோ தேவதைக்கு கிரீடம்
சூட்ட முயன்றது
அவள் புன்னகை அந்த நாளின்
ஆயுளை நீட்டி ஆசிர்வதித்தது

உறங்கும் குழந்தையின் உதடுகளில் தவழும் புன்னகையை
கலைக்க விரும்பாமல்
எழுப்ப வந்த அம்மா
அந்த சின்ன சக்கர நாற்காலியின்
சக்கரங்களுக்கு உயவு எண்ணெய் ஊற்றித் துடைக்கத்
துவங்கினாள்

அலகில் துள்ளும் மீனுக்கு
ஒரு கண்ணில் ஆகாயம்

121

சருகுதிர்ந்த தரையை
கிளைகளால் ஒளிநகல்
எடுத்துக் கொண்டிருக்கிறது
காற்று

நலம் சொல்லி தலைகோதும்
புன்னகை முன் மண்டியிட்டு
பாதங்களை முத்தமிடுகிறது
மலருதிரும் மரம்

பறவை உண்டு
விதைத் தெரிய கனிந்தொழுகும்
காம்பு இவ்வுயிர்

சூரியனுக்கு கிழக்கும் மேற்குமற்ற தேசத்தின்
பூத்தாவரம் இவ்வாழ்வு

நீரில் பிறந்து உடலைவிடப் பெரிய சிறகு முளைக்கும்வரை
தோலுரித்துத் தோலுரித்து காற்றை வெல்லும்
தட்டான் பறத்தல்
உன் அன்பில்
எனது இருப்பு

122

தன் கத்தியை இரகசியமாய் தீட்டும்
ஓர் கரத்திலிருந்து பல்கும் தீப்பொறியினால்
கொஞ்சம் உரு
பெருக்குகிறது
அந்த கல்லறை

உன் பிரிவு நிமித்தமான சொற்கள்
நினைவுறுத்துகின்றன
காற்றில் பதியமிட்டிருக்கும்
நாளைய மழைக்கு காத்திருக்கும்
காளான் விதைச் சாரங்களை

அணுக்கத்திலும் அணுக்கமான
நகக்கீறல் தழும்பு
ஓர் பாறை ஓவியம்

நண்ப
எல்லா உறவிலும் கூடவே தொடர்கிறது
என் பால்யத்தின்
இன்னும் உரியாத முகப்படாம்

பொறுப்பற்று இருப்பதன் பெரும்பாவம்
என் இயல்பாய் இருக்கிறது
அதில் எனக்கு எந்த குற்றபோதமும்
இல்லை

எல்லாச் சுனையின்
இறுதித் துளியும் கரிக்கும் ஆம்
போகட்டும்
ஞானியின் காமம் குறித்து

உரையாட நாம் விடுதலையானதோர்
நல்ல பௌர்ணமியைத்
தேர்வோம்

இறந்த அதே வடிவில்
உயிர்த்தெழுவது
வரலாற்றில் ஒரே முறைதான்
அன்பின் தலைப்பிரட்டைகளை
அடையாளம் காண்பதெல்லாம்
அவரவர் சாதுர்யம்

ஒரு மெல்லிய சாய்கோணத்தோடே
இத்துணை கோடி வருடங்கள்
உன்னைச் சுற்றிச் சுழல்கிறது
என் பித்தேறிய பூமி
நிறைவான பாவம்
நல்ல மீறல்
எனக்கு அன்புக்குறைவற்றிருப்பதே
வாழ்வு

இருப்பை மிஞ்சியதல்ல எந்த
அறமும்
நாம்
ததும்பி
திளைத்து
வழிய வழிய
ஒரு நீரூற்றின் பாறையை ஒத்து
இருப்போம்
ஆம் இருப்போம்

123

காற்றின் தத்தகாரம் இலைகளை
இசைத்து தன் குறு இறகெழுப்பி
மௌனித்தப் பிறகு பறவை பாடத் துவங்குகிறது

வெகு தூரம் துரத்தி
வேட்டையைத் தப்பவிட்ட நாயின் இளைப்புடன் நீ
விடைபெறும் வாகனத்தின் சப்தம்

எருக்கம்பூக்களின் மெல்லியதாய் படர்ந்த ஊதாநிற
வசீகரம் பால்கோர்த்த காம்புகளை
பிரதியெடுக்கும்
இறுதி சாமத்து நிலா

அணுக்க உயிர்
நோய்கண்டு இறந்த அறையை
வெகுகாலம்
திறக்க விரும்பாமல்
விருந்தினருக்காய் திறக்க நேர
நம் பால்யத்தின் விளையாட்டு
சாமான்களை நமக்கு ஊட்டிய
பால்சங்குகளை
குடைந்து கொணரும் புதிய சிறுவர்கள்
முன் நெஞ்சதிர்வும் திகைப்பும்
ரகசியமாய் துளிக்கண்ணீருமாய்
நிற்க வைக்கிறது வாழ்வு

பசுவிற்கு பிரசவம் பார்த்துவிட்டு
மஞ்சள் பூசி குளித்து
குழந்தைக்கு மருத்தோன்றி வைத்து விடுகிறவளிடம் வரும்
வாசம்
இன்று இந்த நிலவு தரும்
கிளர்வும் கருவறை மணமும்

திசைகள் தொலையும் உயரங்களில்
ஒளி உண்ணிகளாகின்றன
நம் எந்திரங்கள்

பிழைகள் குறுகி சுவடழியும்
அன்பின் பரப்பில் நினைவுண்ணிகளாகிறோம் நாம்

124

பழங்குடி மருத்துவன்
காயத்தைத் தைப்பதாய்
மரப்பு மருந்தற்று
ரணங்களைப் பிணைத்து
மூட்டுகிறது
இந்த நேயம்

பறவைகள் நுழைய இயலாத
வலைவேய்ந்த
ஹைபிரிட் தோட்டங்களில்
கிளைகளின் மௌனம்
பௌர்ணமியை வலிநீக்கியாய்
பூசிக் கொள்கிறது

உலர் நிலத்தின் தாவரமாய்
அன்பின்
நீர்மையை தசையோடு
உறைய வைத்து பொத்திக்
கொள்கிறது நீடுவெயில்
காத்திருப்பு
காற்றைச் சும்மாடாய்
சுருட்டி
கோடைக் குயில் திசைச் சிணுங்க
மேகங்களை சுமந்து வருகிறதோர்
பகல்

ஞாபகங்களின் கலைடாஸ்கோப்
ஒரு சிலம்பைப் போல் விசிறி சிதறும் மழை முற்றம்
நிறம் மாறாத அந்தியோடே
இரவை மடிசாய்த்துக் கொண்டது

குளத்திலிருந்து உன் கால்களை எடுத்துக் கொண்டதும்
உண்டான பலகீன நீர்வட்டங்கள்
ஒன்றில் ஓர் இலை அமரத் தடுமாறியபடி

கொடை முடிந்த தெய்வத்தின் காலடி எங்கும் இறைந்த
நேர்ந்து வளர்த்த சேவற் தலைகளாய் பிரிவைத் தேம்பும்
கணங்கள்
ஒவ்வொரு முறையும் இவ்விதமே
பரிச்சயமற்ற ஊரில் தொலைந்த
குழந்தையைத் தேடுவதாய்
நேர்ந்து விடுகிறது

துறவி வளர்க்கும் நாயின்
பட்டினி இரவை பகிர்கிறேன்
சாவுச் சொல்லியின் விடுமுறை நாளாய்
விடியட்டும் இவ்வூர்

125

தவிப்புகளை சுண்டக் காய்ச்சி
நுனி நாவில் சொட்டுவிட்டு
ருசியை சரிபார்க்கிறது
கூதிர் காலம்

பண்டிகைநாளின் அதிர்வெடிகளுக்கு
உலுக்கிஎழுந்து நீள்மூச்சுகளுடன்
அழும்
குழந்தையை ஆற்றுப்படுத்தும்
மார்புகளின் வலியை ஒப்புச் சொல்லலாம்
நீவி துயர் இளக்க இயலாத பிரிவின்மேல்

மலைப்பாதை ஓடையருகே
இளைப்பாற்ற இறக்கிவைத்த
விறகுச் சுமையில் எப்போது ஏறியது
சர்ப்பம்
எந்த கணத்திலிருந்து உன் ரேகைகள் படியத்துவங்கின என்
அறைக்குள்

நலம் பாடுக என்ற குரலுக்கு ஒலி
உயரும் மங்கலத்தவிலுக்கு
இருதயத்தின் தோலை தரலாம்
துடிப்பு பழகி விட்டது
தன் உயிரிகளின்
அத்தனைக்கண்களோடும் விழி திரட்டி

கடலைப் பொருதிக்கலவ
பெயர்ந்து கொண்டே இருக்கும்
நதி
அருவியாய் புகையும் தாபத்தை விசிறிக் கொண்டிருப்பதை
அந்நியளைப் போல் பிறைக்கண்ணால்
கடக்கிறாள் நிலா

ஆலங்கட்டி மழைக்கு சந்தோஷமாய் இலைகள் சப்திக்கும்
வாழையின் உடலேறும் நத்தைக்கூடதிர்வு
அதன் அடிவயிற்று ஈரத்தடம்
முத்தங்களுக்குச் சிலிர்த்து
உள்ளங்கை வேர்க்கும் மெய்

இந்த கடல் எப்படி
கணந்தோறும்
பிறந்து கொண்டே இருக்கிறது

126. ஒளிக்கு நிரந்தரமான கூடில்லை

உன் விர்ச்சுவல் வளர்ப்பு மீனுக்கு
இரையிடும் நேரம் போதும்
பதில் அனுப்ப
ஆனால் உன் சொற்களை
தூரத்து நட்சத்திரத்தில்
ஒளியாண்டு ஆழத்தில்
புதைத்து தைத்து விட்டிருக்கிறது
காலம்

ஒளிக்கு நிரந்தரமான கூடில்லை
போலவே அன்புக்கும்

உதிரம் துடைத்தப் பஞ்சுப் பொதியாய் அலைகிற இந்த
மேகங்களை மூழ்கும் சூரியனின்
ஒளி ஊடுருவிய கணம்
எவ்வளவு மிதம்

ஒரு கருப்பு வெள்ளை
ஓவியத்தில் நிறமற்ற
சருமமாய் கிடந்தேன்

காற்றில் நீருறிஞ்சி
கனிக்கு நீர்மையூட்டும்
வறள்நிலத்துத் தாவரம்
உயிர்வாசனை வளர்த்த

இவ்வன்பும்
கடலில் ஒளி தொடும்தூரத்திற்கு
இறங்கியிருக்கிறது
பிரிவின் விஷம்

வலையிலிருந்து ஒரு
நட்சத்திரமீனை பிய்த்தெடுக்கும்
அதே கரம்
இத்தனிமையிலிருந்தும்
பிரித்தெடுக்க

கர்ப்பத்திலிருந்து குழந்தை
உதைப்பதாய்
வேண்டும்
ஒரு மண் குதிக்கும் மழை

127

ஒரு கீற்று குறைவான
ஜன்னல் வெயில்
தெற்றுப்பல் புன்னகை
முழுதும் உதடுபடியாத முத்தம்
பற்றத் தெரியாமல் பற்றி இழுக்கும்
விரல்கள்
பால்வீச்சமுள்ள சிறுநீர் சூடு
இந்த அந்தியை மேலும் மிருதுவாக்குகிறது
கிட்டத்தட்ட ஒரு சொல்லைப் போல்
ஒலிக்கும் உன் முதல் விளிப்பு

128

மியூசியக்
குடுவைகளில் மிதக்கும் டால்பினின்
கருவைப் போல் முத்தங்கள்
பாடம் செய்யப்பட்ட ஞாபகத்தை
மாற்றுச் சாவி கொண்டு
திறக்கிறது மழை

மாங்குரோவ் மரங்களின் பிடறியைப் பற்றி
மெல்லலைநாவு நுழைத்து
முத்தமிட்டுக் கொண்டிருக்கிறது
கடல்

முத்தத்தினிடையே
அனிச்சை போல்
மின்னல்க் கயிறு
சுருக்கவிழ்ந்து கடல் வீழ்வது
தெரியாத மின்மினிகள்
ஒரு தவறிய அழைப்பைப் போல்
மினுங்கிக் கொண்டிருக்கின்றன

நீலப்படங்களை இயக்கும்
தோரணையில்
எம் முத்தங்களுக்கு துவக்கம்
முடிவு சொல்ல
எந்த கடவுளின்

பெயராலும்
எந்த கங்காணிக்கும் அனுமதியில்லை என்றபடி
முத்தமிடுகிறார்கள் தற்பால்
காதலியர்
இருசுடர்கள் ஒன்றாய் எரிவதையொத்தது அம்முத்தம்

கோடைத்தண்டவாளங்கள்
வரிசையில் சேதி பரிமாறும் எறும்புகள் போல் வேட்கைப்
பெருக முத்தமிடுகின்றன

சில்லிட்ட உடலுக்கு
நெற்றிமுத்தமிடும்
உதடுகளின் நடுக்கம்
கூண்டை இறுகப் பற்றியபடி
இறந்த பறவை இறுதி
துடிப்பைப் போலிருக்கிறது
முதல் முத்தமிட்டபோது அணிந்திருந்த ஆடையை
காலம் சென்று நாப்தலின்வாசனைப் பெருக முத்தமிடும்
போது கொஞ்சம் அழும் பெண்ணிற்கு இருதயத்தில்
தவளைத் தோல்
வளர்கிறது அக்கணம்
பரஸ்பர விருப்பில்
பிரிவொப்பந்தம் அறிவித்தபிறகு
ஒரே ஒருமுறை முத்தமிடக் கோருபவனை எதிர்கொள்ளும்
உதடுகள் எவ்வளவு சலனமற்றிருக்கின்றன

முகமெல்லாம் துரிதமாய் முத்தமிட்டு
தழுவி பின் போதாமல்

மீண்டும் துவங்குகிறவனைப் பார்க்க
திறந்து மூடும் இமைகள்
கள்பாண்டத்தில் வீழ்ந்து பறக்க முயன்று மீண்டும் தம்
சிறகமிழும்
வண்டாய் இருக்கின்றன

பேதமுரைத்து அறைச்சிறையில்
சற்றுமுன் வரை
இருந்தவளின் நிழல் பெருகாத
தனிமையிலிருந்து
சில நிமிட தாமதத்திற்குப் பிறகு
டெலிவரியாகும்
எமோட்டிகான் முத்தத்திற்கு
சிறகிருந்தது
அமர நினைத்தபோது கீழே
கடல்

129

கூரை மீது ஆடுகள் அலையும்
மலைநிலத்தில் மேகங்களைத் துருவி
காற்றில் தூற்றிக் கொண்டிருக்கின்றன
சேப்பஞ் செடியின் இலைகள்
நிலவோ காதலின் சுழற்கோப்பை
என்று தன் குரலின் அலைவுதூரத்தில்
பனியரங்கம் நிகழ்த்துகிறது சில்வண்டு
திரவங்களின் பைத்தியச் சுவையை
பெருக்கும் நிலவின் பூர்ணிமை
திரண்ட நரம்புகளுடன் அல்லி இலைகள்
காலங்காலமாய்
கோபுரங்களின் மீது
பிரார்த்தனை சாட்சியமாய்
வாழ்கின்றன பறவைகள்
உன் காதணியின் ஒளி
கண்கள் கூசுகிறது
இன்னொருமுறை
நீசனென்று விளி
ஒரு
ஒரு இலைப்பூச்சியின் இரைப்பையானது செவிப்பறை
உன்னருகாமையில் தாளம் பிறழும்
மூச்சின் லயம்
நொண்டி நடக்கிற புதிய கொல்லன்
லாடமடித்த கால்
புலிக்குத்திப்பாட்டன் கல்லருகே

சுவாசத்தில் பச்சைக் குத்திக்
கொண்டது பருவம்
மேய்ச்சல் நிலங்களில் செந்நாய்கள்
புணரும் சப்தம்
உலோகப் பாண்டத்தை அறுப்பதொக்கும்
காட்டுப்பன்றிகள் மேய்ந்த
கிழங்குக் குழியின்
வெம்மையை உணரவேனும்
இத்தனிமையின் குகைக்குள்
உன்னை அழைத்து வருவேன்
நான் காடு வளர்த்துப் பட்சிகளை
பாடல்களால் கூட்டுகிறவன்
படையலிடுகையில் அழைக்கப்படும்
பட்சிகள் உணரும்
வாசனை உன்னைக் கிளர்த்தக் கூடும்
ஆனால் நீயோ
அவகாசமற்றவள்
நாகலிங்கப் பூவின் வாசனைக்கு
மரவட்டைகள் திரள்வதை
பார்க்கவொண்ணாமல்
இப்பருவம் சபிக்கப் பட்டிருக்கிறது

130

ஆன்மாவை சலவை செய்துவிடுகிற
உன் சொற்களற்ற தீண்டல்
நீரில் மரத்த பாதங்களுடன்
தரையை மிதிக்கையில் வரும்
பறத்தலுணர்வு

ஜீவனுள்ள மேகங்களை முகர்தல்
உன் வாசம் புலன் மலர்த்துதல்
Catharsis

தேவதைகள் தம் மந்திரக் கோல்களை
உன்
விரல்களாக்கி தந்து போன இந்த
ஞாயிறு
வான் பிழிந்து மாந்தினோம்

நீ உறங்கும் நேரம்தான்
செய்வதறியாது பரிதவிக்கிறது
மௌனத்தை தாயக்கட்டைகள் போல்
உருட்டிக் கொண்டிருக்கும் வீடு

புதிய ரோஜாக் கன்றுகள்
பூத்திருப்பதை உறங்கி எழுந்ததும்
காட்ட வேண்டும்
இந்த நாளின் மிக மலர்ந்த
புன்னகையை உன் கண்களில்
தரிசித்தல்
இந்த அந்தியை வழிபடுதலாயிருக்கும்

131

தாமரை இலைக்கு மீசை வரைந்தால்
சூரியன்
அல்லிமொட்டு கூப்பிய கரம்
குத்துவிளக்கிலிருந்து இரு முத்தமிடும்
முகங்களை வரைந்து விட முடிகிறது
இருளொரு உரு ஒளியொரு வடிவு
ஒரே சித்திரத்தில்
முன்னம் பார்வையோடு இருந்த அவன்
உறைந்த ஞாபகத்திலிருந்து
சொல்லச் சொல்ல வரைந்து விட்டு
அந்த காப்பகத்திலிருந்து
வீடு திரும்புகிறாள் தன்னார்வத்தில்
விடுமுறை தோறும் அங்கு வரும்
பெண்
சித்திரத்தில் இரண்டு வேறு உலகங்கள்
இரண்டு வேறு காலங்கள்
ஆனால் சொல்லப்படும் கணங்களில்தான் அதன்
ஒளியாண்டு
பயணம் கவிதையாகிறது
அவன் விரைந்த சிமிட்டல்களில்
அவளது இமைக்காத விழிகளில்
வர்ணங்களுக்கு வாசனை உண்டு
ஆனால் வரைந்து முடித்த ஓவியத்தை
வருடும் பாவனைதான் புரிவதில்லை
எல்லாம் முழுவதும் புரிந்தா நகர்கிறது
வாழ்வு

132

உண்ணிகள் மேயும் மரகதக் கடல்
விடுமுறை படுக்கை
மதங் கொண்ட யானைப் புரள
மீனுக்குத் தாழும் பருந்துகள்
மழித்த அந்தரங்கச் சருமச் சிலிர்ப்பு
பயித்தியக் கண்ணீர் போல் உவர் காற்று
படரும் உதடுகள்
உன் அண்மை
கோர்த்த உள்ளங்கை
காற்றோடு சதுரங்கமாடும் கருவிழி
சிவிகை மேகங்கள்
மோகச் சிறுவீடு...

அந்த வீடுகளில் மட்டும்
பிஞ்சுப் பாதங்கள் வெளியேறுவது
போல் வரைந்தது யார்

133

அந்த இமைகளில்
கொல்லனின் துருத்தி அசைவு
நிலவு மசிபடிந்த கைவிளக்குக் கண்ணாடிக்குள் தியானிக்கும்
சுடர்
திப்பித் திப்பியாய் ஈரம்
பொசிகிறது அண்டை வரப்பிலிருந்து
அவள் மண்டியிட்டு செய்த பிரார்த்தனை
முடிந்து விட்டது
நாவின் தோலை மெழுகுவர்த்திக்கு
அணிவித்து வெளியேறுகிறாள்
அந்த மணியின் நடுத்தண்டில்
இன்னும் சொட்டித்தீராத கண்ணீர்ச் சொட்டு யாருடையது
காளவாயிலுக்குள்
வெந்து கொண்டிருப்பது
கர்த்தனின் இருதயம்தான்

134

பொழிவுப் பிரதேசத்தின்
அருகாமைக்குளிர்
இயல்பாய் ஊறும்
ஒரு திவலையை
கனமேற்றுகிறது
அன்பின் வினையூக்கிகள்
அர்த்தங்களை பெருக்கும்
மௌனங்களாய் இருக்கின்றன

பாறைகள் பிழம்பாய் இருந்த
காலத்தில் பூமிக்கு புலர்தல்
வேண்டி இருக்கவில்லை

புனுகுப்பூனைகள்
சாணிவண்டின் லார்வாவை
புசித்து வாசனையுடல் வளர்ப்பதை மேற்காப்பிரிக்க காடுலவி
சொன்னான்
ஞாபகத்தை தின்னும் வழி
உயிர்ப்பிக்காமல் இருப்பது
வால்நட்சத்திரத்தின் ஒளிக்கூந்தல்
தரையிறங்கும்போது
கள்ளுக்கு சுவையூட்ட

கடெம்ஃபெ பழத்தின் சாறு பிழிந்து தந்தவள்
தற்கொலையிலிருந்து
தப்பிக்கும் ரகசியத்தை ஒரு பலிப் போதில் சொன்னாள்
கருவுக்கு வெண்விழித்தோல் வளர்தல்
பிரிவின் தேமல் உயிரில் படர்தல்

ஒரு கருந்துளையின் ஈர்ப்புக்கு
குறைவில்லை
துக்கருசி மரணத்திற்கு அணுக்கமாக்குதல்

பாய்மரத்தின் புடைப்பு பொழுதே
துக்கம்
காற்று கணிப்புக்கும் அப்பால்
அனிச்சையானது
அலைகள் மேவும் ஒளி
கணந்தோறும் ஊடுருவி ஆவியாக்குகிறது
தோலுரிந்து கொண்டே வளர்கிறது கடல்

135

பெரிய விழைவுகளற்ற காலங்கள் நீர்ப்பறவையின்
காதற்காலத்து நீச்சலில்
மெல்லியதாய் சிறகு வருடும்
காற்றால் சூழப்பட்டிருக்கிறது

குழந்தையின் கொலுசுகளை
மீள ஒளிர வைக்கும் சாவகாசமுடைய
தாயின்
மேல் சூடற்று படரும்
முன்மதியத்து முற்றவெளிச்சம்

ஏவுகணையை கார்ட்டூனாய்
வரைய
அதற்கு புட்டம் முளைத்து
வீணையானபோது
தாமரை மீது வீற்றிருந்த
கலைமகள் கருக்கலைந்த விடாய்ப் பஞ்சை மாற்ற கொஞ்சம்
எழுந்து கொள்ள வேண்டியிருக்கிறது

கலாச்சாரத்தை வணிகமாக்குவது
அந்தரங்க அழுக்கில் செய்த பிம்பத்தை அச்சமும்
கிளர்வையும் வளர்த்து விற்கும் மஞ்சள் வெளிச்சத்தைக்
கண்டு அஞ்சியே
குழந்தைகள் முதல் செல்போன் கேட்கும்போது பதறுகிறோம்
கழுகின் ஆழமே

ஆட்டுக்குட்டியின் உயரம்

அலைக்கற்றைகள் வழி
வயமிழந்து இணைந்திருக்கையில்
நம் தரைக்கு கீழ் குழாய்கள்
இறங்கிக் கொண்டிருக்கின்றன

சுரணையை சமாதானப்படுத்தவே
காதலற்று புணர்ந்து கையறுநிலையை தின்று தீர்க்கிறோம்

பிழைகளின் மீது பெரிய
தர்க்கங்களற்று
கடலுயிரிகளின் ஓடுகளில்
சிற்றில் செய்து மணலில் மலர்
வைத்து பரிமாறும் சிறுமியை
மகிழ்த்தும் பாவனை சப்புக் கொட்டல் புன்னகையை
பழகிக் கொள்கிறோம்

ஆம் சகல ஒத்துழைப்புகளுடன் பெரிதாய்
எத்தனங்களற்று இயங்கும்
இவ்வுலகம்தான் எவ்வளவு
சமாதானத்துடன் சுழல்கிறது

136. பங்கன்

ரோஜா இலைவிளிம்புகளில் முள்
முளைக்கும் பருவத்திலிருக்கிறது
கொல்லை
நிலவை கிணற்றில் நுழைத்து சீவிக் கொண்டிருந்தது வானம்
குளத்தில் வரைய
வெடித்த கூந்தல் நுனியில்
சொட்டி நிற்கும் அரப்பு பச்சைத்
துளியில் நானும் ஓர் பங்கன்
விடுப்புண்டு என்பதால்
எழுப்ப மனமின்றி நீ மட்டும் விட்டேகினாய்
அலுவல் அகம்
கூடுகளில் முட்டையோடுகளாய்
சிதறிக்கிடக்கின்றன இரவின்
எரிகற்கள்
பதினோரு மணி நெல்லிமரக் குயில்
மெல்லிய விரைப்போடிருக்கும்
கிளையமர்ந்து கூவத் துவங்குகிறது

137

அவள் ஸ்டெத் வழி இருதயங்களின்
இசையைக் கேட்டு நலம் சொல்ல விரும்பினாள்
அவளது இறுதித் துடிப்பின்
கதறலை முழக்கயிறு வழி
திணித்தது இவ்வல்லாதிக்கம்

சிகிச்சைக் கத்தி ஏந்தப் பிரியப்பட்டவள்
அவள்
சிறகைக் கொய்து சாவைத் தைத்து
அனுப்பி வைத்தது சாத்திரப் பேனா

சர்வதேச
மருந்துச் சந்தையின் பொம்மலாட்டக்
கயிறு நீட்
இனி காப்புரிமை பெற்ற மருந்துக் கேற்ற நோய்கள் பிறக்கும்
அதை உற்பத்தி செய்யும் தொழிற்சாலைகள் நகரத்தில் மட்டும்
இயங்கும்
பின்னாளில்
நோய்த்தழும்பு இல்லாத மரபணு
அதிசயம்
உயிரோடு பிரேதப் பரிசோதனை
நிகழ அச்சாரம் இந்த விகிதாச்சாரம்
ஒரு மெல்லுடலி தன் உடல் நசித்து
சங்கில் விட்டுச் சென்றிருக்கிறாள்
ஓர் தலைமுறையின் மறுதலிக்கப்பட கனவை

அதை அந்த கபாலமாலையில்
இன்னொரு கண்ணியாய் கோர்க்க விட்டால்
குழுமூரில் இட்ட தீ
நம்மொவ்வொருவர்
கும்பியிலும் சாபமாய் மூளும்

138

மரப்பட்டைகளில் நிறம் கூட்டும்
மழை
கிளிபொந்திலிருந்து
பச்சை சிறகை சேர்த்துக் கொண்டு
இறங்குகிறது
நல்லிசைக்கு பேருந்தில் இமைக்கசியும்
பெண்ணைப் பார்க்காமலிருப்பதுப் போல் பாவனை செய்ய
வேண்டி இருக்கவில்லை
பின்னிரவில் வெறித்த வானிலிருந்து
இறங்கிய நான் மட்டும் பார்த்த எரிகல்
பிரமைப் போலிருக்கிறது
அதை குழந்தைக்கு சொல்லும் கதையில் ஒரு வாக்கியமாய்ச்
சேர்த்தேன்

139

மலையருகே வேடிக்கைப் பார்த்தபடி
பறவைகள் சப்தத்திற்கு
உறங்கி விட்ட மகனை
எழுப்பிவிடக்கூடாதென்று தூறலிடம்
இறைஞ்சியபடி வீடேகும் தகப்பனின்
நடை
தணலிடை எடுத்து சூடு மாறுவதற்குள்
அடித்த லாடத்தை நீரமிழ்த்துகையில்
அதன் துவாரங்களில் இருந்து மேலேறும்
குமிழ்களின் பயணத்தை ஒத்திருக்கிறது
படுக்கையில் கிடத்தியபிறகு பாலருந்தும் பாவனையில்
அவன் கன்னங்கள் குமிழ்ந்து அடங்கும்போது
வேர்களுக்கு நுரை மெட்டியிடும் மழைக்கு
தன்னை கரைக்க ஒப்புக் கொடுகிறான்
சகலத்தையும் கண்களால் நகலெடுக்கும்
தாயின் புன்னகைக்கு சட்டமிட முயன்று
தளர்ந்து மறைகிறது மலையின் பின்புறம்
ஒரு மின்னல் கிளை

140

நிலம் நோக்கி கிளை வளர்க்கும் உயர்ந்த மரங்களில்
அடையும் பறவைகளின் தீவன நேர
சப்தங்கள் காற்றை ஒரு குதிரையின் வாலசைவு அளவு
நகர்த்துகின்றன

மிருதுவற்ற தொலியுடைய கனிகளை
புசிக்கும் எத்தனங்களுடன்
தகித்திருக்கிறது மிருகத்தின் பசி

புலர்ந்து கொண்டே இருக்கும் நிலத்தின் மேல் பறக்கும்
பறவையின் சிறகுகளில் மெல்ல வண்ணமேறுவதாய்
அகல்கிறது ஊழ்

நதிநீரின் தளர் பயண ஓசைகள் நிலவொளிக்கு
தரும் வசீகரம்
வெறும் மூச்சு மட்டும் கேட்கும் போது மென்னகையில்
இன்னும் சற்று நெளிவேற்றும் வெட்கம்

வடுக்களை கடக்கும்போது
கிளறும் கதைகள்
கரையேகும்
கடற்பறவைகள் சுவடுகளற்ற தீவுகளில்
நிழலை உதடுகள் போல்
பதிக்கையில் நீளும் பயணதூரம்

தலையில் மட்டும் இலையுள்ள தாவரம்
தன் கணுக்கள்தோறும் ஞாபகம்
வைத்திருக்கும் பருவத்தை
புசித்தல்
காலத்தின் அறைகள் நடுவே ஒரு ராணித்தேனியாய்
அமர்ந்திருப்பது

மேகங்களின் மகரந்த சேர்க்கைக்கு தன் சிறகால்
வர்ணத்தில் புல்லரிக்கும்
பறவையின் அகவல் ஒலிக்கத் துவங்குகையில்
கடல் நிறம் மாறும் இடத்தில் ஒளிவிலகலில்
தெரியும் மீனாய்
உருப் பெருகி மீண்டேன்

141

கடலுக்கு வெளியே
பாறைகளில் கலவிக் கிடக்கும்
கிளிஞ்சல்கள் ஈரப்பிசுக்கு கடந்து
தேடிய பற்றுவெளி
இந்த அன்பின் பரப்பாய் இருக்கிறது

பின்குறிப்புகள் தேவைப்படாத
ஒரு நம்பிக்கையுள்ள சமிக்ஞை

மரணத்திற்கு பிறகான வாழ்விற்கும்
போதுமான வேர்கள் ஆழ்ந்த அன்பின் தீர்க்கம்

தவறவிட்டுத் தவறவிட்டு பறத்தல் பழக்கும்
தாய்ப்பறவையின் வலி விழுங்கி
திராணி கூட்டும் தினவு

இயல்பின் அனிச்சைகளும்
விருப்பின் குற்றவழிகளும்
அறிந்திருந்த என் பாவனைகளின்
தேர்
சகிப்பின் இருப்புவரைதான்
எரிந்து தூசாகாமல் இருக்கக் கூடும்

நலிந்தவர் கடவுளைப் போல்
எளிய கண்ணீருக்கு
சாத்தானின் அழகிய ஈரலுக்கு
தனதை ஈந்துவிடும்

மன்னிப்பு சுரப்பது உன் மஜ்ஜைகளின்
குணம்

இற்ற
சிலுவைகளின் மேல்
பெய்யும் மழையில்
காளான்களை பூக்க வைத்து
விளையாடும் உன் கருணையில்
நேர்ச்சைக்கு வழங்கிய பசு
பிரசவித்ததை கேட்ட இடைச்சியின்
புளகத்துடன்
திக்காமல் ஒளி ஒப்பிக்கிறது
என் பூத்தாவரமிட்ட நிலம்

142

அறுந்த செவியின் மீந்த
குழியை ஒத்திருக்கிறது
தற்காலிகமாய் கடந்த நதியின்
ஈரத்தில் பிறந்த வளைகள்

திருவிழாவிற்கென அடகு மீட்ட
நதியின் பொன் நிழலை
மீண்டும் இழந்து நிற்கின்றன
மடைச் சுவர்கள்

கசடெல்லாம் கழிந்த படுகைகளில் நப்பாசை
காய்ந்து கொண்டிருக்கிறது

வண்டல் நன்கு திரண்ட
ஆடுதசை ரோமமாய் கருமை
படர உலர்ந்தபடி

வான் கருணையை யாசிக்கும்
பால்மார்பின் நரம்புகள்
பிறந்ததைக் காக்க
கருப்பையை அரிந்து வைக்கும்
நேர்ச்சையில் இருக்கின்றன
சற்றே ஓய்ந்த விசும்பலுடன்
உறங்கத் துவங்கிற்று சிசு
ஒரு தேய்ந்த மெட்டியின்
மினுங்கலுடன்
காய்கிறது பிறை

143

வேட்கை கனிந்த உடலின்
வியர்வை வாசம் ஒப்ப மழைக் கூதலுக்கு
காற்றின் சுவைமொட்டுகள் மயிலின்
தோகையாகி ஒளிர்ந்து சிலிர்க்கின்றன
ஈறுக் குச்சியால் விரிகூந்தல்
வருடுகிற
தலைசாய்வுடன் கிளைமுந்தானையில்
சரிகையாய் இருந்த பழுப்பிலைகளை
பட்டுச் சீலையில்
மடிப்பு நீவுகிறவளைப் போல் நீவிக் கிடத்துகிறது
மச்ச ராணி என்று செல்லமாய்
கொஞ்சும் நாவல் மரம்

நல்லாங்கின் உடல் சுருண்டு
தப்புவதாய் சருகுகளை நுரைச் சுழிகளில்
துலக்கி
கொப்பளிக்கிறது நிலம்

மலர்ந்த முகத்துடன் விசும்பும்
பெண்ணின் குலுங்கலை
மார்பில் ஏந்துகிறவனாய் அதிர்கிறது
கூடு

கலவி அணுக்கத்தில்
எங்கோ முத்தமிடக் கட்டளையிடும்
பெண்ணின் இமைமூடிய
மென்குரலில் திரள்கிறது
ஞாபத்திலிருக்கும் முகம்
குழந்தையின் முதல் குளியலில்
உதிரங்கழுவித் தரும் தாதியின்
புன்னகையோடு வருகிறது
இளம்வெயில்

144

புல்லாங்குழலில் விரல் மூடும்
துவாரங்களுக்கும்
மடி முட்டும் குட்டியின்
பாத நகர்வுக்குமான ஒத்திசைவை
தியானிக்கிறான் இளம் இடையன்
மேகங்களை முத்தும் காற்றின்
பொழிவை தீர்க்கதரிசியின்
இமைகளில் கனவாய்
விதைக்கிறது
ஓர் ஓடுயிரி

145

மரப்பு ஊசி ஏற்றப்பட்ட
தசையில் இருந்து வழியும்
உதிரத்தின் அனிச்சை
வாய்த்திருக்கிறது
நெடுநாளாய் ஊடல் வளர்த்து
பிடிவாதமாய்
சண்டையிட்டு
தயாராக்கிய பிரிவின் இறுதிச்
சொல்லுக்கு
புகையில் வாசனையாய் கலந்து
கரைந்து நகர் நீங்குகிறது
ஒரு உடல்

146

ஒரு
கடலைத்தொலிக்குள் பாதுகாப்பாய்
உறங்கும் விதையளவு
குறைந்தபட்ச நிச்சயமுள்ள
பழகிய ஆற்றில் நச்சு கலந்திருக்காதென்ற நம்பிக்கையில்
உள்ளங்கையளவு நீரை
அள்ளி அருந்த முடிகிற
உன் பிரார்த்தனைக்கூடத்திலிருந்து
உனை சபிக்காமல் வெளியேற முடிகிற
சாத்தியமற்ற இந்த
வாழ்வை அன்பளிக்கவா
இத்தனை சிலுவைகளிலும்
ஈராயிரம் வருஷங்களாய்
மரித்துக் கொண்டிருக்கிறீர் பிதாவே

147

கதிர் வழிப்பாதையில் இடைபடும் பறவை
புலனறியா கண்ணியில் சிறகுதிர்கிறது
நீர் மூழ்கி காட்சியகத்தில் முத்தமீயும்
டால்பின் ரசிக்கிறாள் முத்தணிந்த
தலைப்பிரட்டை பருவப்பெண்
தட்டானின் கண்ணாடிக் கண்ணை
உறிஞ்சிக் கொண்டிருக்கிறது பசித்த சூரியன்
பனித்துளி ஞாபகத்தில்

148

கிளைகளற்ற முள் தாவரங்கள்
உயிர்த்திருக்கும் நிலத்தின் மேகங்களோடு நிகழ்கிறது
பயணம்
உடன்
கங்காருவின் கனமுள்ள வயிறு
விரும்பிச் சுமக்கும் நத்தையின் கூடு
வீசியெறிய மனம் வராமல் சில பாம்புச் சட்டைகள்
பழக்க வேண்டி
நறுக்கப்பட்ட பற்கள்
இறந்த பாலுண்ணியின் தொப்புள்கொடி
கழுகின் உதிர்ந்த நகம்
கொன்று குடித்த விலங்கின்
நீர்ப்பை
தூவவோ கரைக்கவோ கையாலாகாத
சாம்பற்குடுவை
காரணமே இல்லாமல் சுமந்த பழிகள்
அடங்கிய புத்தகம்

வழி சொல்லும்
வரைபடமே இல்லாமல்
மீண்டும்
ஓர் கருப்பைக்குள் கரைந்தொரு துளியாக பயணிக்கும்
அவ்வுயிரின்
கருதாப் பிழை பொறுத்து வாழ்த்துதுமே

149

மரணக் கிடக்கையில் இசைஞன்
தன் தோள்தாங்கி மூச்சுப் படர வாசித்த கருவியிலிருந்து
கேட்க விரும்பும்
பாடலை இறுதியாய் காண விரும்பும்
முகம் இசைக்கின்றது

நீர் திரண்ட
மேகங்களின் நிழல் படரும் சிகரங்களில்
இருந்து உருகியபடி இருக்கிறது
உறைந்திருந்த பனி

ஆம்பல் இலைகளில்
நகம் பதிய பறக்க எம்புகிறது
நீர்ப்பறவை

விடுபடும் சகல வழிகளும்
சாத்தியப்பட்டுவிட்டபோதிலும்
இறந்த பாகனுக்கு அழுது
அடுத்த பாகனுக்கும் மண்டியிடுகிறது
அன்புக்கு பழக்கப்பட்ட மிருகம்

150

சிறகு பூமிக்கு வருவதை
எப்படி விடுதலை என்று சொல்ல
முடியும்
பறவை வானத்திற்கு செல்வதுதான்
இல்லையா
ஒரு முத்தம் என்பது வெறுமனே
ஊடல் முறிப்பது
அவ்வளவுதான்

151. உயவு

வண்ண உடைக்கு மாறும்
செவிலியொருத்தியாய்
பரிவில் முதிர்ந்த
கனிவிலிருந்து
தன்மலர்வுக்கு
மாறுகிறது
வீடுதிரும்பி அன்றாடங்களை
அனிச்சை விரல்களால் கடந்து
அறைநுழைந்ததும் சக்கர நாற்காலியிலிருந்து
படுக்கைக்கு
மாற்றும் முன்பு
முத்தமிடும்
உன் வாசனை

152

குழந்தையின் பால் குமிழுடையும்
உதடுகள் தரும் பரவசம்

எதுவுமே பேசாமல் மூச்சு மட்டும்
கேட்க வெகுநேரம் மௌனித்திருந்து
இறுதியாய் ஒரு மென்விசும்பல்
துண்டிக்கும் முன் அரை மாத்திரை
அளவு மட்டும் ஒலிக்கும் முத்த சப்தம்

புயல்நாளில் கரை மீண்டதற்காய்
தேவாலயத்தில்
நேர்ச்சை செலுத்தும் குடும்பத்தின்
நன்றி கர்த்தாவே

ஒரு பெயரை பச்சைக் குத்திக்
கொள்ளும் போது வலி துளிர்க்கும் கண்ணீர்
புறாக் கண் போலிருக்கும்
முற்றுப் புள்ளியில்
பனிவெடிப்பு ரணங் கொண்ட
உதட்டு வரிக ளா ல் ஒற்றப் பெறும்
தற்செயலின் கணத்தை
ஆசிர்வதிக்கும் சாத்தானுக்கு
தவமிருக்கிறேன்

153

விதைத் தொலியை மண் பிரித்தால்
தாவரம்
கல் பிரித்தால் பண்டம்
பறவை திறந்தால் பகல்
பூச்சிகள் திறந்தால் இரவு
நானோர் இரவு நீர்த்தாவரத்தின் மேல்
மையலானேன்
பிரிகை சுழன்று கொண்டே இருக்கிறது

154

மழை கழுவிய காட்டின்
ஓடையில் சிதைந்த விலங்கின்
தலை ஓடு தக்கைப் போல்
மிதந்து வண்டலில் சொருகி நிற்கிறது

உடைய மறுக்கும் நீர்க்குமிழியாய்
அதன் கண் இருந்த குழி

மீண்டும் மீண்டும் தீட்டப்பட்ட
கத்தியாய் தீத்தழும்புகள்
படர்ந்த கரங்களுடன் கடைசிப் பேருந்தில் நடத்துனரின்
அருகாமை இருக்கையில்
செங்கீறல்களுடைய வெண்விழியுடன் ஒருத்தி

அந்த
வெடிக்கிடங்குத் தீயை அணைப்பதற்கு
முன்பு பார்த்த மகளின்
உருவை கற்பனையில்
பெருக்கிப் பார்க்கிறான்
வளர்ந்த மகளை தீண்டத் தயங்கும்
தகப்பன்
தோட்டாத் துளைத்த கதவுவழி
வீதியை பார்ப்பதாய் இருக்கிறது
உன் வரவு நிச்சயமற்ற
சூரியனை எதிர்கொள்வது

155

கண்ணுக்குப் பக்கமாய் கால்களுக்கு
தூரமாய் இருக்கும் மலைத் தொடரில்
இருந்து சற்று சன்னமான இடிச்சத்தம்
திக்குவாய் வானம்
பதட்டமுள்ள புது மணப் பையன்
பட்டுவேட்டியில் தடுக்கி நடக்கிறான்
அக்குபஞ்சர் ஊசி செருகலாய்
நின்று பெய்கிறது மழை
மயிர்க் கூச்சம் என்பது க்ளிஷே
இறந்தவனுக்கு சவரம் செய்கிறவன்
ஓர்கிற நேர்த்தி
என்று சொல்வதைவிட
குழந்தைக்கு முடி எடுக்கிறவனின்
நிதானம் இன்னும் பொருத்தம்
பிரிகிலேன் என்று சத்தியம் செய்கிற
நீர்மல்கும் இமையின் ஒற்றுதல்
இலைகளின் உள்ளங்கை ரேகைகளில்

மணற்கடிகாரத்தின் மையக் குழி
தொப்பூழ் சுழிவு
லயிப்பில் நழுவுகிறது
ரப்பர் மரத்தின் அறுத்த பாதைகளில்
வானம் சேமித்திருந்த கடல்

156

கரி எஞ்சின் ரயிலின் தூசு பறக்கும்
அடுப்புத் திறப்பு 'செந்துருக்க 'நிறம்
பனிவிலகாத மார்கழிச் சூரியன்
உள்ளங்கை மைய மருதாணி
மட்டும் உதிர்ந்து உறங்குகிறாள்
கோட்டுவாய் ஒழுக
குழந்தை
தண்டட்டி அரக்கு நிறத்தில்
பிடித்திருக்கிறது உன் பாதத்தில்
குளிப்பாட்டுகிற யானையின் பாத நிறம்
இன்னும் சற்றுநேரத்தின் பரிதிக்கு
கிருஸ்ண வேசமிட்ட சிறுமி
அலங்காரம் கலைக்க அடம் பிடிக்கும்
குளியலாய்
விடிந்து கொண்டிருக்கிறது வானம்
விலக்குநாளின் அசதியில்
உறங்குபவளே
செம்பட்டை புகை பறக்கும் இளங்காலைத் தேநீர் பகிரக்
ஆவிக் குழல் உலர்த்துகிறது பார்
உதி

157. ஒளியின் ஞாபகம்

ஒளியின் ஞாபகம்
நிரூபணமற்ற கணங்களால்
ஆனதாய் நேர்ந்திருக்கிறது வாழ்வு
ஞாபகங்களை ஏந்தக்கூடிய நியாயத்தராசை வைத்திருப்பவர் யார்
அன்பின் கணங்கள் நதி மேல்
பெய்யும் ஒளி
அவை மீன்களின் உடலில்
வண்ணங்களாய் மீந்து விடுகின்றன
அவ்வளவுதான் ஒளியின் ஞாபகம்

158

மின்கம்பியில் அமர்ந்தபடி
ஈரச்சிறகுதறும் சிறுபறவையாய்
ஆடைக்குள் வேகமாய் தாள் புரட்டுகிறது
கூதிர் காற்று

இப்போதுதான் பிரிக்கப்பட்ட பரிசுப் பெட்டியில் இறுதிக்
காகிதத்திற்குமுன்
புகைக்கத் தோன்றிற்று

மலை வாசஸ்தலத்தில் இருந்து
வந்திருக்கும் இப்பெட்டியில்
உலர்ந்த இலைகளின் வாசனை வருகிறது
உலர்ந்த இலைகளை வருடி நிறங்கூட்டிய மென்சூரியன்
அதன் உலர் நிழலில் ஓர் அழிந்த நகலச்சு எழுத்துச் சுழி
அளவு
அல்லது காபி கோப்பைத் தொட்டு
கன்னத்தில் சூடு மாற்றும் உன் உள்ளங்கை
வெதுவெதுப்பளவு
உருவமாகிறவன் தானா

உச்சிச் சுனை இடுக்கில்
இரு புதைகற்களிடையே கட்டியிருக்கும்
சிலந்திக் கூட்டின் நிழல் நீரில் விழும்
ஒளி மறைவு

நீ அனுப்பி இருக்கும் காட்டுப்பூவுதிர்ந்து
வாசமூறிய நீரை முகம் தெளித்தால்
உணர ஒண்ணுமா
காயமுற்ற அணிலுக்கு மருந்திட்டு நீ
தடவிக் கொடுத்த தாய்மை மிளிரந்த கண் பார்வை

விதைகளை துப்பிய பறவைகளின்
எச்சில்
உதிர்ந்து கிடந்த வர்ணச் சிறகுகள்
துருப்பிடித்துக் கிடந்த உடைந்த அம்பின் நுனி
பள்ளத்தாகிற்கு வண்டலோடு பற்களுதிராத
தாடையெலும்புகள்
சுமந்து வரும் மழையோடை
புகைப்பதை வைத பட்டி
நாள்வாரியாக உன் ஒலிக் குறிப்புகள்
சுமந்த மெமரி கார்டு
எலும்புகள் சுமந்து கொணரும்
வேட்டையின் கதைகள்தான்
தாளக் கூடுவதாயில்லை சிநேகிதி

159. சாட்சி மோதிரத்தை விழுங்கிய மேகம்

அந்தப் பார்வைக்குப் பின்
நான்
வேர்கள் உடலுள் முளைத்த தாவரம்

போர் முடிந்த ஊர்
தன் உலோகங்களை மீண்டும்
நிலத்திற்கே கொடுப்பதுபோல்
காற்று ஒற்றி எடுத்துக் கொண்டிருக்கிறது
எஞ்சியவனை

வளர்ப்பு பறவைகள்
விற்பனையகத்தின் பூட்டப்பட்ட வாசலில்
ஏக்கங்களுடன்
சப்தங்கள் கேட்டபடி உறங்கும்
வீடற்ற சிறுவனை ஒத்திருக்கிறது
குரல் கொண்டு ஜீவித்திருக்கும்
வேட்கையென்னும் விரதம் கொண்ட உயிர்

ஊமத்தம் இலைகளை
உடுத்தி இருக்கும்
நகரத்து மேகங்கள்
தழுவத் தாவரங்களற்று
உறிஞ்ச நிலமற்று
கரித்துப் போகும் விதியைச் சமைத்தவள்தான்
இந்த இரவையும் வானத்தையும்
வடிவெழுதி
கிழித்தெறிந்திருக்க வேண்டும்

160. பூமி

ஆறுமாதக் குழந்தையின் புட்டத்தைப் போல்
மிருதுவாய் இருக்கிறது
இரவு நல்ல மழை
மயில்களுக்கு
கார்காலத்தில் தைரியம் கூடி விடுகிறது
கூடலில் வெட்கம் குறைவது மாதிரி
குளிர் ஒரு கூத்து முடிந்த மேடையில்
சிதறிக் கிடக்கும் ஜிகினாத் துகளாய்
காற்றில் அப்பி இருக்கிறது
ஏதும் நிகழாதது போல்
சூரியள் ஆழி உரசி
பொன்பூசி எழுந்து வருகிறாள்
பிறகு ஒரு ரகசியப் பொழுதில்
நேற்று
காப்புறையை மறந்தது குறித்து
குறும்பு தொனிக்க கேட்பாள்
வாசலில் வாகனத்தைத் துவக்க
போரிடும் பொழுது
சிவந்த காம்புகளுடன்
பாரிஜாதப் பூக்கள் உதிர்ந்து கிடக்கும்
முற்றத்தில் ஊர்ந்து கடக்கும்
மரவட்டைக்கு ஆயிரம் கண்
'அ' போல் அமர்ந்து
தென்னங் குருத்தை கொறிக்கும்
ஞாயிற்றுக் கிழமை காலை அணிலுக்கு
வாலுயர்த்துதலும் 'க்றீச்' ம்
ஒருங்கே வாய்த்த லயம் பற்றி
பேசத் துவங்குகிறார்கள்

161

நீ
தூரத்து மலையில் எரியும் தீ
பார்த்துப் பதைக்க முடிவதைத் தவிர
கையாலாகாதவன்

சகலமும் புதைக்கப்படும் காலத்தில்
சொல்தான் ஆறாமல்
கொல்லன் துருத்தியாய்
ஊதிக் கொண்டே இருக்கிறது

சேவற்கட்டுக்கு முன்
நீரில் திறம் பயிலும்
பறவையின் கண்
இந்த நட்சத்திரத்திற்கு
வாய்த்திருக்கிறதை உணர்கிறேன்

கொன்ற பறவையின்
சிறகை
தன் மகுடத்தில்
செருகிக் கொள்ளும்
வேட்டைக்காரனைப் போல்
இந்த இருட் காலம்
நம்முன் திமிர்ந்திருப்பதைக் காண்கிறோம்
வெள்ள நாட்களில்
பறவைகளின் சடலங்களை
நீ காண முடியாது
அவை
உன்னிலும் உயரத்தில் காத்திருக்கின்றன

162. கோடை மழை பெய்யும் நகரின் இரவுச் சித்திரங்கள்

மிகுந்த தயக்கத்துடன் வழங்கப்பட்ட
ஒரு அழைப்பிதழ்
வாசலுக்கு வெளியே
வீசப்படும் கணத்தில்
அதன் மீது
மெல்லிசான குண்டு பல்பின்
மஞ்சள் ஒளி படுவதை பார்ப்பது

முதல் குறுமின்னலுக்கு
பஞ்சாரத்துள் இருக்கும்
கோழிக் குஞ்சு
சன்னமாய்
ஒரு ஒடுங்கும் சப்தம் தருவது

தண்டிக்கப்பட்ட நாய்க்குட்டி
மழைக்குத் தாங்காமல்
கதவைப் பிறாண்டுவது
அதன் தீனமான குரல்
காற்றில் அமிழ்வது

நோயுற்ற உடலின்
நெற்றியை முத்தமிட்டு
'தேவையெனில் அழை தயங்காதே!' என்று
அண்டை அறைக்குச் செல்பவளின்
முதுகை
கடைக்கண்ணில் நீர்வழியப் பார்ப்பது

காதலுடன் செதுக்கி
பரிசளிக்கப்பட்ட
புத்தர் சிலையை
பின்னிரவில் மென்கிளர்வுடன்
வெறிக்கையில்
தத்துவம் தோன்ற
தனக்குத்தானே சிரிப்பது

ஊடல் குறுக்கே படுத்திருக்கும்
மழைக்கால இரவில்
குழந்தை சிறுநீர் கழிக்க
சாக்கிட்டு நெருங்க
பவழமல்லி உதிர்வாய்
ஊடல் முறிவது

வீடற்றவர்கள்
ஒண்டி நிற்கும் இடங்களில்
ரோந்து வரும் வாகனங்கள்
வசையற்று
அனுமதித்துக் கடப்பது

163

நம் முகங்களில்
ஒருவரின் சாயல்
இன்னொருவருக்கு ஏறியிருப்பதாய்
நீண்டநாள் கழித்துப் பார்க்கும்
நண்பர்கள் சொல்கிறார்கள்
எல்லோருக்குமான
நாள் முற்றிலும் முடிந்து
துவங்கும் நமக்கான இரவில்
எதேச்சைகள் போல்
உள்ளாடைகளின்
நிறம் பார்த்துப் புன்னகைத்துக் கொள்கிறோம்
பணிமுறிவு குறித்த என் குறுஞ்செய்திக்கு
இனி சனிக்கிழமை இரவுக்காய்
காத்திருக்க வேண்டியதில்லை
வீடு காத்திருக்கிறது வா
என்று எவ்வளவு இலகுவாய்
திசையிறுக்கம் தளர்த்தினாய்
சூரியன் சுண்டிய வெளிச்சத்தோடு
நம் வீட்டைக் கடந்ததொரு பருவத்தில்
நாம் சேமித்திருந்த உலோகங்கள்
உருகத் துவங்கின
குழந்தைகளின் மேல் படும்
ஒளிக்கீற்றில்
வெப்பத்தின் மென்சலனமும்
மிகாமல் பொத்தியதை விட

என்ன செய்துவிட முடியும்
வாழ்வு நெடுக
நீ பிரார்த்திக்கும் தெய்வங்களால்

ஒரு வளர்ப்புத் தாவரத்தை
விசாரிக்கும் போது
பிராணியின் பேறுகால நாளில்
பத்துமுறை அழைக்கும் போது
மகன் அந்தரங்க உறுப்பில் காயமுற்று
உதிரம் படிந்த ஆடையோடு
நின்ற தருணத்தில்
உன் பனிக்குடத்தின் வாசனையை உணர்ந்திருக்கிறேன்
நட்சத்திரங்கள்
உன் கண்களை
மறக்க முடியாத வானக் கண்ணாடி
வேர்களை ஆழமாக்கும்
மேகம் உன் அழகு
ஒளிர்வது எப்போதும்
தனித்திருக்கிறது
உன் ஞாபகத்தைப் போல
தீ குளிர்ந்த கிரகத்தின்
முதல் பச்சையம்
மோகம் முடிந்த உன் புன்னகை

சொற்களின் பள்ளத்தாக்கில் செல்லமாய் எறியப்பட்டவன் போல் மிதந்து கொண்டிருக்கிறேன். இவ்வளவு ஆதுரமாய் நம்மை ஏந்திக் கொள்வது கவிதைகளைத் தவிர்த்து வேறென்னவாய் இருக்க முடியும். ஒரு சர்க்கஸில் பிறந்த யானைக் குட்டி அடர்ந்த காட்டுக்குள் அழைத்துச் செல்லப்படுவதாய் இம்மையிலிருந்து ஈரமாக்கும் சாலைகள் சேர்வது எந்த விண்மீனை. எல்லா அன்புக்குறைவுகளுடனும் எல்லா நித்யமற்ற உறவுகளோடும் ஒரு புதிய தானியம் எங்கோ இந்த விடியலில் முளை கட்டுகிறது ஒரு செவிலி எளிய புன்னகையில் யாரோ ஒருவரை தேற்றுகிறாள் எங்கோ ஒரு ஆய்வுமுடிவில் நோயில்லை என்ற சொல் ஒரு உடலுக்கான மரணத்தை ஒத்திப் போடுகிறது.நேற்றைய பொழுதில் கை சேர்ந்த கவிதைத் தொகுப்புகள் அவ்வளவு இணக்கமும் முரணுமாய் என்னுள்சினைக்கக் காத்திருக்கின்றன.

ஆசிரியர் குறிப்பு

நேசமித்ரன் என்ற புனைப்பெயரில் எழுதி வரும் திரு.ராம்சங்கர் திண்டுக்கல்லைச் சேர்ந்தவர். கவிஞர், புனைகதை எழுத்தாளர், மற்றும் மொழிபெயர்ப்பாளர். பெரும்பாலான இவரது படைப்புகள் பெண்ணியம் குறித்தும் நவீன இந்திய சமூகக் கலாச்சாரத்தின் மீதான அறிவியலின் தாக்கம் குறித்தும் படிமங்களின் வழி உரையாடுபவை. இவரது முதல் கவிதைத் தொகுப்பான ‘கார்ட்டூன் பொம்மைக்குக் குரல் கொடுப்பவள்’ 2010 உயிர்மை பதிப்பகத்தாரால் வெளியிடப்பட்டது. இரண்டாவது கவிதைத் தொகுதி ‘மண்புழுவின் நான்காவது இதயம்’. ‘உதிரிகளின் நீலப்படம்’ எனும் விமர்சனக் கட்டுரைகளின் தொகுப்பு 2013ல் வலசை பதிப்பகத்தின் வெளியீடுகள். ஜெல்லி மீன்கள் கரையொதுங்கும் கடல் இவரது மூன்றாவது கவிதைத் தொகுப்பு. மேகா பதிப்பகத்தால் 2015ஆம் ஆண்டு வெளியிடப்பட்டது

2010ல் நிறுவிய வலசை என்ற சிற்றிதழின் ஆசிரியர். மூன்றாம் பாலினம், குழந்தைகளின் அக உலகம், மரணம் என வெவ்வேறு பிரச்சினைப்பாடுகளைப் பேசிய வலசையில் வெளியான நவீனச் சிறுகதைகளைத் தொகுத்து இரண்டு பிக்சல் குறைவான கடவுள் என்றொரு சிறுகதைத் தொகுப்பையும் வெளியிட்டுள்ளார். இவரது கவிதைகள் உலகளாவிய நல்லிணக்கம் மற்றும் அமைதிக்காக (Global harmony and peace) திரு. மதன்காந்தி தொகுத்த அனைத்துலக தொகை நூலொன்றில் இடம் பெற்றிருக்கிறது. இவரது கவிதைகள் மொழிபெயர்ப்பாளர் கவிஞர் ரிஷி (லதா ராமக்ருஷ்ணன்) மொழிபெயர்ப்பில் 'Muse India' இதழில் வெளிவந்திருக்கின்றன. இவரது மூன்றாவது கவிதைத் தொகுதி 2016ஆம் ஆண்டிற்கான ‘களம் புதிது விருது’ இவருக்கு வழங்கப்பட்டிருக்கிறது.இவரது சமீபத்திய நான்கு கவிதைத் தொகுப்புகள் ஸீரோ டிகிரி பப்ளிசிங் பதிப்பகத்தாரால் வெளியிடப்படுகின்றன.

1. துடிக்கூத்து
2. நன்னயம்
3. பின்னங்களின் பேரசைவு
4. அயல் மகரந்தச் சேர்க்கை

www.ingramcontent.com/pod-product-compliance
Ingram Content Group UK Ltd.
Pitfield, Milton Keynes, MK11 3LW, UK
UKHW041629190726
13854UKWH00006B/2395

9 789387 707825